நீலக்கடல் முழுதும் கப்பல் விடுவோம்

நரசய்யா

இந்தியா மலேசியா இலங்கை ஜெர்மனி அமெரிக்கா

நூல்: நீலக்கடல் முழுதும் கப்பல் விடுவோம் ♦ ஆசிரியர்: நரசய்யா ♦ பதிப்பு: (முதல்) ஆகஸ்ட் 2023 ♦ உரிமை: ஆசிரியருக்கு ♦ வெளியீடு: தமிழ் மரபு அறக்கட்டளை பன்னாட்டு அமைப்பு ♦ விலை : ரூ.150/- ♦ ஐரோப்பாவில் யூரோ 4/-

Book Title: Neelakkadal Muzhuthum Kappal Viduvom ♦ Author: K.R.A.Narasiah ♦ Publisher: Tamil Heritage Foundation Pathipagam ♦ Edition: August 2023 (First) ♦ Size: Demy Octovo ♦ Pages: 109 ♦ Copyright: Author ♦ E-mail: mythforg@gmail.com ♦ Price Rs.150/- Euro 4/-

ISBN: 978-81-962636-4-5

சமர்ப்பணம்

எங்களை நாங்களாகவே இருக்கவும்
மற்றவர்களுக்காக வாழவும்
இயற்கையை ரசிக்கவும்
ஊக்குவித்த பெற்றோருக்குச் சமர்ப்பிக்கிறேன்.

உள்ளடக்கம்

பதிப்புரை	5
வாழ்த்துரை	14
என்னுரை	17
1. இந்தியக் கடற்படையில் நான்	19
2. வணிகக் கப்பல்களில் என் அனுபவங்கள்	31
3. கடலோடியின் கம்போடியா நினைவுகள்	48
4. நாம் மறக்க மாட்டேமால்	64
5. என் இலக்கிய உலகம்	86

பின்னிணைப்புகள்

1. கடலோடி நரசய்யா - வாழ்க்கை குறிப்பு	101
2. கடலோடி நரசய்யா பணியாற்றிய கப்பல்கள் பற்றிய விபரங்கள்	103
3. கடலோடி நரசய்யா எழுதிய நூல்கள் - தமிழ், ஆங்கிலம்	104

பதிப்புரை

கடலோடி நரசய்யா தமிழ்ச்சூழலில் ஒரு மாறுபட்ட படைப்பாளி. அவரோடு பழகிய இந்த இருபது ஆண்டுகால அனுபவத்தில் அவரது படைப்புகள் கொண்டிருக்கும் பார்வையும் அவற்றின் உள்ளடக்கமாக அமைகின்ற பொருளும் இன்றைய தமிழ்ச் சமூகத்திற்கு மிக முக்கியமானவை என்று நான் அவற்றை வாசிக்கும் ஒவ்வொரு முறையும் நினைத்துக் கொள்வேன். அதன் அடிப்படையிலேயே அவரது வயதின் முதுமையை அறிந்திருந்தாலும்கூட இந்நூல் கட்டாயமாக வெளிவர வேண்டும் என்பதில் மிகுந்த ஆர்வம் காட்டியதுடன் இதனை நிறைவு செய்ய வேண்டும் என்ற ஈடுபாட்டுடன் நான் செயல்பட்டதன் விளைவாக இப்போது இந்த நூல் உங்கள் கைகளில் தவழ்கிறது.

அடிப்படையில் இந்த நூல் கொரோனா பெருந்தொற்றுக் காலத்தில் வீடுகளில் அனைவரும் முடங்கியிருந்த காலகட்டத்தில் ஜூம் இணையத் தொடர்பின் வழியாகத் திரு.நரசய்யா தொடர்ச்சியாக ஐந்து நாட்கள் வழங்கிய உரைகளின் எழுத்து வடிவமாகும். அக்காலகட்டத்தில் ஏப்ரல் ஒன்றாம் தேதி தொடங்கித் தமிழ் மக்கள் உளவியல் ரீதியாக தனிமைப்படக்கூடாது என்ற ஒரு கருத்தை மனதில் கொண்டும், அதே வேளை அறிவுத் தேடல், கற்றல் ஆகியவை தொடர வேண்டும் என்ற நோக்கத்திலும் தமிழ் மரபு அறக்கட்டளை திசைக்கூடல் என்ற நிகழ்ச்சியைத் தொடங்கினோம். அந்நிகழ்ச்சியில் ஐந்து நாட்கள் தொடர் உரையாக திரு.நரசய்யா அவர்களது கடல் பயணங்கள், இந்தியக் கடற்படையில் அவரது அனுபவங்கள், மற்றும் வணிகக்கப்பல்கள், இந்தப் பயணங்களின் ஊடே அவரது தமிழ் இலக்கியப் படைப்புகள் உருவாகிய சூழல்

போன்றவற்றைக் கருத்தில் கொண்டு அவை நேரடியாக அவரது சொற்களிலேயே பதிவு செய்யப்பட வேண்டும் என்ற கருத்தில் அந்த உரைகளைத் திட்டமிட்டிருந்தேன். அப்போது தமிழ் மரபு அறக்கட்டளையின் கருத்தரங்கக் குழுப் பொறுப்பாளராக இருந்த திரு. விவேக் அவற்றை ஏற்பாடு செய்தார். தொடர்ச்சியாக ஐந்து நாட்கள் இந்நிகழ்ச்சி இணையம் வழியாகக் கல்லூரி மாணவர்கள் மட்டுமின்றிக் கல்விப் புலத்தில் இருப்பவர்களுக்கும் பொது மக்களுக்கும் பயனளிக்கும் வகையில் நடந்து முடிந்தது. இந்த ஐந்து உரைகளும் தமிழ் மரபு அறக்கட்டளையின் செயலர் முனைவர் தேமொழி அவர்களால் காணொளிகளாகத் தயாரிக்கப்பட்டு, தமிழ் மரபு அறக்கட்டளையின் தமிழா யூடியூப் சேனலிலும் இணைக்கப்பட்டுப் பாதுகாக்கப்பட்டு வருகின்றன. இக்காணொளிகளை அடிப்படையாகக் கொண்டு அவரது உரையைத் தட்டச்சு செய்து அக்கட்டுரைகளை ஒன்றுக்குப் பலமுறை சரிபார்த்து அவற்றைத் தொகுத்து முழுமைப்படுத்தி திரு. நரசய்யா அவர்களிடம் வழங்கி, அக்கட்டுரைகளில் கருத்துக்கள் சரியாக இருப்பதை உறுதி செய்து கொண்டு இந்த நூலை முழுமைப்படுத்தி இருக்கின்றோம்.

திரு.நரசய்யா அவர்களை நான் முதன் முதலில் 2003ஆம் ஆண்டு சென்னையில் சந்தித்தேன். அப்போது நான் ஜெர்மனியில் எனது முதுகலைப் பட்டத்தை முடித்துவிட்டு ஹியூலெட் பாக்கெட் நிறுவனத்தில் கணினிப் பொறியியலாளராகப் பணியாற்றிக் கொண்டிருந்தேன். அதற்குச் சில ஆண்டுகளுக்கு முன்புதான் ஒவ்வொரு ஆண்டும் தமிழகம் செல்லத் தொடங்கியிருந்தேன். அங்கு பல ஊர்களுக்கு நான் நேரடியாகச் சென்று ஊர்களையும் மக்களையும் பார்த்துப் பேசிப் பழகி, தமிழ்நாடு, தமிழ் மக்கள், தமிழ்நாட்டு மக்கள் வாழ்வியல் மற்றும் வரலாறு போன்றவற்றை அறிந்துகொள்ள வேண்டும் என்று எனது ஆய்வுகளைத் தீவிரமாக நான் தொடங்கியிருந்த காலம் அது. அக்காலகட்டத்தில் ஜெர்மனியில் பணியாற்றிக் கொண்டிருந்த முனைவர். நாராயணன் கண்ணன் அவர்கள் நான் தமிழகத்தில் சந்திக்க வேண்டிய முக்கிய நபர் என்று திரு. நரசய்யா அவர்களைக் குறிப்பிட்டு எனக்குத் தெரிவித்திருந்தார்.

முதல் சந்திப்பிலேயே திரு. நரசய்யாவின் கப்பல் பயண அனுபவங்கள், அயர்லாந்து, பெல்ஜியம், நெதர்லாந்து, ஜெர்மனி போன்ற நாடுகளில் அவரது கடல் பயணங்களின்போது அவருக்குக்

கிடைத்த அனுபவங்கள் போன்றவற்றை மிகுந்த ஈடுபாட்டுடன் எனக்குத் தெரிவித்தார். நான் ஜெர்மனியில் இருந்து வந்திருந்ததால் தன் வீட்டில் அவர் வைத்திருக்கும் அவர் வரைந்த ஓர் ஓவியம் பற்றியும் அதனை தான் ஜெர்மனியில் பார்த்த ஒரு கோட்டையின் நினைவாக வரைந்த செய்தியையும் எனக்கு மகிழ்ச்சியுடன் தெரிவித்தார்.

அதன் பின்னர் ஒவ்வொரு ஆண்டும் நான் தமிழ்நாடு செல்லும் பொழுது திரு. நரசய்யா அவர்களைச் சந்திப்பதும் அப்போது தமிழ் மரபு அறக்கட்டளையின் கருத்தரங்கமோ, பயிற்சிப் பட்டறையோ, ஆண்டு விழாவோ ஏதோ ஒரு நிகழ்வு நிகழ்வதும், அதில் திரு. நரசய்யாவை நான் உரையாற்ற அழைப்பதும் வாடிக்கையாக இருந்தது. அவரது ஒவ்வொரு உரையும் எனக்குத் தனிப்பட்ட முறையில் மிகுந்த ஆர்வத்தை அளிப்பதாகவும் ஏனைய வரலாற்று ஆய்வறிஞர்களின் உரைகளிலிருந்து மாறுபடுவதை ஆழமாக உணரக்கூடியதாகவும் இருந்தது. இதற்குக் காரணம் அவரது கடல்வழிப் பயணத்தின் வழியான உலகளாவிய பயணங்களின் அனுபவங்கள்தான் என்பதை அன்றே நான் நுணுக்கமாகக் கவனித்திருந்தேன். அதன் அடிப்படையில் அவரது உரைகள் பொதுமக்களுக்குப் புதிய பார்வையை வழங்கும் என்ற ஆழமான நம்பிக்கை எனக்கு இருந்தது.

2006ஆம் ஆண்டுக் காலகட்டத்தில் நான் தமிழ்நாடு சென்றிருந்தபோது, நான் விசாகப்பட்டணம் செல்லவேண்டும் என்றும் அங்கு தனக்குத் தெரிந்த ஒரு நண்பர் தமிழ்ச்சங்கங்களின் வழியாக தமிழ் மரபு அறக்கட்டளைக்கு ஒரு நிகழ்ச்சி ஏற்பாடு செய்ய முடியும் என்றும் கூறி எனக்கு திரு. திவாகர் அவர்களை அறிமுகப்படுத்தினார். திரு.திவாகர் அவர்கள் அச்சமயத்தில் விசாகப்பட்டினத்தில் துறைமுகத்தில் பணியாற்றிக் கொண்டிருந்தார். அவரிடம் தொலைபேசியில் தொடர்பு கொண்டு பேசி 2007ஆம் ஆண்டு, தமிழ் மரபு அறக்கட்டளைக்கு விசாகப்பட்டினத்தில் ஒரு நிகழ்ச்சியை ஏற்பாடு செய்து அதில் கலந்து கொள்ளச் சென்றிருந்தேன். திரு. நரசய்யாவின் நட்பு வட்டத்தைச் சார்ந்தவர்கள் பலரும் அந்த நிகழ்ச்சியில் கலந்து கொள்ள வந்திருந்தார்கள்.

மற்றொருமுறை தமிழ்நாடு செல்வதற்கு முன்னர் திரு. நரசய்யாவைத் தொடர்பு கொண்டபோது, இம்முறை கட்டாயமாகச்

சென்னை அருங்காட்சியகத்தை நான் காணொளியாகப் பதிவு செய்யவேண்டும் என்று குறிப்பிட்டிருந்தார். அதற்கு ஏற்ற வகையில் நானும் என்னைத் தயார்படுத்திக் கொண்டு அவரோடு சேர்ந்து சென்னை அருங்காட்சியகம் சென்று அங்கு அப்போது பணியில் இருந்த அருங்காட்சியகப் பொறுப்பாளர் திரு. பாலசுப்ரமணியம் அவர்களது விளக்கத்தைப் பதிவு செய்தோம். அப்போது சென்னை அருங்காட்சியகத்தின் சோழர் காலச் சிற்பங்கள், பாண்டியர் காலச் சிற்பங்கள், பல்லவர் காலச் சிற்பங்கள் ஆகியவற்றைப் பற்றியும் செப்பேடுகள், நாணயங்கள் மற்றும் செப்புத் திருமேனிகள் பற்றியும் இந்தப் பதிவில் விரிவான பல தகவல்களை உள்ளடக்கிக் காணொளிப் பதிவாகப் பதிவு செய்து தமிழ் மரபு அறக்கட்டளையின் ஆவணமாக அதனை அப்போது வெளியிட்டேன். அச்சமயத்தில் இன்று கண்காட்சிக்கு வைக்கப்பட்டுள்ள ஆதிச்சநல்லூர் சேகரிப்புக்களுக்கான காட்சிக்கூடம் திறக்கப்படவில்லை.

என்னுடைய வரலாற்றுத் தேடலின் பார்வை என்பது நாடு, நகரங்கள், மக்கள், வணிகம், மக்கள் இடப்பெயர்வு, மக்கள் புலம்பெயர்வு, காலனித்துவ ஆட்சிகளின் தாக்கங்கள் என்ற வகையில் அமைந்திருப்பதைப் பார்த்து எனது ஆர்வத்திற்கேற்ற வகையில் தனது அனுபவங்களைத் திரு. நரசய்யா பேசுவார். எங்களின் ஒவ்வொரு கலந்துரையாடலின் போதும் அது தொடர்பான தனது அனுபவங்களையே எனக்குக் கூறிக் கொண்டிருப்பார். அந்தத் தகவல்கள் எனது வரலாற்றுத் தேடல்களுக்கு உரமூட்டும் வகையில் அமைந்திருந்தன.

2011ஆம் ஆண்டின் தொடக்கம். நான் உ. வே. சாமிநாதன் அவர்களின் என் சரிதத்தை வாசித்து அவரது பயணங்கள், பதிப்புப்பணிகள், அவரது தமிழ் ஈடுபாடு ஆகியவற்றை எனது கருத்துகளின் சிந்தனைக் குவியலாக எழுதத் தொடங்கி இருந்தேன். அப்பதிவுகளை ஒவ்வொரு வாரமும் நான் வெளியிடும்போது அது தொடர்பான தனது கருத்துக்களை வழங்கிப் பல கூடுதல் செய்திகளையும் திரு. நரசய்யா பகிர்ந்து வந்தார். அவை எனக்கு மிகுந்த ஆர்வமும் ஊக்கமும் அளிப்பதாக அமைந்திருந்தன. நான்கு ஆண்டுகள் தொடர்ச்சியாக வந்த கட்டுரைகளைத் தொகுத்து 2015ஆம் ஆண்டு ஆழி பதிப்பகத்தின் வெளியீடாக உவேசா உடன் ஓர் உலா என்ற தலைப்பில் திரு. நரசய்யாவின் அணிந்துரையுடன் நான் நூலாக வெளியிட்டேன். அதுவே எனது

முதல் நூலாகும். எனது படைப்புகளைத் திரும்பிப் பார்க்கும் பொழுது எனது தனிப்பட்ட இலக்கிய மற்றும் வரலாற்று நீண்ட பயணத்தில் திரு. நரசய்யா அவர்கள் என்னுடன் கைகோர்த்து நடந்து வந்திருக்கின்றார் என்பதைக் காண்கின்றேன்.

எனது தீவிர அருங்காட்சியகத் தேடல் பற்றி நன்கு அறிந்தவர் திரு. நரசய்யா. 2018ஆம் ஆண்டு நான் தமிழ்நாடு சென்றிருந்தபோது கட்டாயமாக நான் சாந்தோம் தேவாலயத்தைப் பற்றி பதிவு செய்ய வேண்டும் என்று குறிப்பிட்டிருந்தார். அப்போது அவருக்கு உடல்நிலை சற்று சரியில்லாத காரணத்தினால் அச்சமயத்தில் என் இணையர் திரு. கௌதம சன்னா அவர்களுடன் சாந்தோம் தேவாலயத்திற்குச் சென்று அங்கிருந்த அருங்காட்சியம் பற்றிய தகவல்களை அறிந்து கொண்டு அதனை ஆவணப்படுத்தி ஒரு காணொளிப் பதிவாகக் கொண்டு வந்தேன். அதே ஆண்டில் நான் மறுமுறை சென்னைக்கு வந்தபோது நான் கட்டாயமாகக் கோட்டை அருங்காட்சியத்தைப் பார்க்க வேண்டும் என்று கூறி என்னை அங்கு அழைத்துச் சென்றார். இந்தப் பயணத்தில் என் இணையர் திரு. கௌதம சன்னா அவர்களும் வந்திருந்தார். மூவருமாகக் கோட்டை அருங்காட்சியகம், கோட்டைக்குள் இருக்கும் தேவாலயம், கோட்டைக் கல்லறைகள் ஆகியவற்றை மையப்படுத்தி காணொளிப் பதிவாக்கம் செய்து அவற்றையும் தமிழ் மரபு அறக்கட்டளை ஆவணங்களாக வெளியீடு செய்திருந்தேன்.

2019ஆம் ஆண்டு நான் தமிழ்நாடு வந்திருந்தபோது மெட்ராஸ் இலக்கியக் கழகத்தை *(Madras Literary Society)* நான் கட்டாயம் காண வேண்டும் என்று கூறி அங்கு நிர்வாகத்தில் உள்ளோரிடம் என்னை அறிமுகப்படுத்துவதற்காக ஏற்பாடு செய்திருந்தார். மெட்ராஸ் இலக்கியக் கழகம் காலனித்துவக் காலத்தில் மிகுந்த முக்கியத்துவம் பெற்ற ஒரு நூலகமாகவும், ஆங்கிலேயர்கள் ஒன்று கூடுகின்ற இடமாகவும் இருந்தது. ஆனால் படிப்படியாக அது மக்கள் மத்தியில் தன் முக்கியத்துவத்தை இழந்தாலும் கூடத் தற்சமயம் திருமிகு. திரிபுரசுந்தரி மற்றும் அவரது குழுவினரின் முயற்சியில் பொதுமக்களின் கவனத்தை எட்டும் வகையில் பாதுகாத்து வருகின்றனர். இவர்களது முயற்சிகளை திரு. நரசய்யா எனக்கு நூலகத்தில் நேரடியாக விளக்கியதோடு இங்குள்ள பல முக்கியத் தரவுகளைக் காட்டி விளக்கினார். இந்த இலக்கியக்கழகம் ஓர் அறிவுக்களஞ்சியம்.

எனது ஒவ்வொரு தமிழகத்திற்கான பயணத்தையும் நினைத்துப் பார்க்கும்போது, அதில் திரு. நரசய்யா அவர்களுடன் குறைந்தது ஒரு சந்திப்பாவது இருக்கும்; அந்தச் சந்திப்பு ஏதாவது ஒரு களப்பணி, வரலாற்று ஆவணப்படுத்துதல் என்ற வகையில்தான் அமைந்திருக்கிறது என்பதை இப்போது நினைவிலிருத்துகிறேன்.

சென்னை புத்தகக் கண்காட்சி நீண்ட நாட்களுக்குப் பிறகு தொடங்கிச் செயல்பட ஆரம்பித்தபின் நான் தமிழகம் சென்றபோது இரண்டு முறை அவரோடு சென்னை புத்தகக் கண்காட்சியில் கலந்து கொண்டதும் நினைவுக்கு வருகிறது. அங்கு அவர் சந்திக்கும் நபர்களுக்கு என்னை அறிமுகப்படுத்தி வைப்பதும் அவர்களோடு நான் கலந்துரையாடுவதும் மறக்க முடியாத இனிமையான நிகழ்வுகள்.

திரு. நரசய்யாவுடனான எனது கலந்துரையாடல்கள் மூன்று முக்கிய விஷயங்களை மையப்படுத்தியதாக இருக்கும்.

1. பயணங்கள் - எனது அண்மையப் பயணங்களைப் பற்றி நான் விளக்குவதும் அவரது கடந்த காலப் பயணங்கள், அவற்றின் நினைவுகளைப் பற்றி அவர் பகிர்வதும் தொடர்பானவை.

2. நகரங்களின் வரலாறு - நான் அண்மையில் பார்த்து வந்த உலக நாடுகளின் நகரங்கள் பற்றிய செய்திகளைப் பற்றி நான் கூறுவதும் அவர் அவை தொடர்பான தனது அனுபவங்கள் பற்றிக் கருத்து பகிர்வதும் தொடர்பானவை

3. நூல்கள் - தான் அண்மையில் வாசித்துத் திறனாய்வு செய்த நூல்கள் பற்றியும், நான் வாசித்த அல்லது எழுதிய கட்டுரைகள், பதிவுகள், நூல்கள் தொடர்பானவை.

ஆக எங்களது கலந்துரையாடல்கள் எப்போதுமே பயணங்கள்-வரலாறு-நூல்கள் ஆகிய மூன்றையும் மையப்படுத்தியே கடந்த 20 ஆண்டுகளாகத் தொடர்கின்றன.

திரு. நரசய்யா அவர்களைப் பற்றிக் குறிப்பிடும்போது அவரது துணைவியார் லட்சுமி அம்மையார் பற்றியும் நான் கூறத்தான் வேண்டும். அமைதியான முகத்திற்குச் சொந்தக்காரர்; மிக அன்பானவர்; அழகானவர். நான் எப்போது சென்றாலும் சிறிது நேரம் அவருடன் தனியாக அமர்ந்து பேசிவிட்டு வருவதை வழக்கமாகக் கொண்டிருப்பேன். திரு. நரசய்யாவின் வெற்றிக்கு அவரது இணையரின் அர்ப்பணிப்பு முக்கியக் காரணம் என்று

நான் பலமுறை உணர்ந்ததுண்டு. லட்சுமி அம்மையாரின் ஆழ்ந்த அன்பும், காதலும், பராமரிப்பும் திரு. நரசய்யா அவர்களின் வாழ்க்கைப் பயணம் முழுமைக்கும் துணையாக இருந்து வந்திருக்கின்றது, அது தொடர்கின்றது. ஒரு மனிதரின் வாழ்க்கை வெற்றி பெற வாழ்க்கைத் துணையின் அர்ப்பணிப்பு எவ்வளவு முக்கியமானது என்பதற்கு எடுத்துக்காட்டாக திருமதி லட்சுமி அம்மையாரைக் குறிப்பிடலாம்.

இந்த நூல் உருவாக்கத்தில், என்னோடு இணைந்துப் பணியாற்றிய தமிழ் மரபு அறக்கட்டளை பதிப்பகக் குழுவின் அர்ப்பணிப்பை நான் குறிப்பிட வேண்டியது மிக அவசியமாகும். இந்த நூல் மிக முக்கியமான ஒன்று என்றும் இதனை நாம் விரைந்து இவ்வாண்டு (2023) ஆகஸ்ட் மாதம் மெட்ராஸ் தினத்தின்போது வெளியிட வேண்டும் என்று கூறி அதற்கேற்ற வகையில் தயாரிப்புப் பணிகள் நடைபெற வேண்டும் என்று அந்தப் பொறுப்பைப் பதிப்பகப் பொறுப்பாளர் முனைவர் பாமாவிடம் ஒப்படைத்தேன். அவர் ஒவ்வொரு கட்டுரையையும் சரிபார்த்து திரு.நரசய்யா அவர்களையும் சிலமுறை வீட்டில் சந்தித்து ஆவணங்களைச் சரிபார்த்துத் தொகுத்தார். அவரோடு இந்த நூலாக்கப் பணியில் முழுமையாகத் துணை நின்று தட்டச்சு செய்து வந்த கட்டுரைகளைச் சரிபார்த்து, முழுமையான ஆங்கில வாக்கியங்களைத் தமிழ்ப்படுத்தி அவற்றை முறைப்படுத்திக் கட்டுரை வடிவில் அளிப்பதில் பெரும்பங்காற்றிய முனைவர் ஆ.பாப்பா அவர்களையும் குறிப்பிடவேண்டும். இவர்களோடு காணொளியைப் பார்த்து ஒவ்வொரு உரையையும் தட்டச்சு செய்து வழங்கிய திருமிகு மகாலட்சுமி, முனைவர். இறைவாணி, திரு தட்சிணாமூர்த்தி, திருமிகு.எம்.சுபாஷிணி, ஆய்வு மாணவி வீ. வீரமாரிஸ் ஆகியோரின் பணிகள் முக்கியமானவை. இந்த நூலை மென்பொருளில் இணைத்து நூல்வடிவத்தில் உருவாக்கித் தந்தவர் திருமதி.சுவாசினி தங்கராஜ். இந்த நூலுக்குச் சிறந்த முறையில் அழகிய வடிவமைப்பில் நூல் அட்டையை உருவாக்கித் தந்துள்ளார் திரு. நாராயணன் (நாணா). இவர்களோடு இணைந்து இந்த நூல் உருவாக்கத்தில் ஒத்துழைப்பு நல்கிக் கட்டுரைகள் வழங்கப்படும்போது அவற்றைச் சரிபார்த்து உடனுக்குடன் திரு.நரசய்யா முழு ஈடுபாட்டுடன் திருத்தப்படிவங்களை வழங்கினார். இப்படி இப்பதிப்பகத்தின் இந்த முயற்சியில் முழு ஈடுபாட்டுடன் உழைத்த இவர்கள் அனைவரின் அர்ப்பணிப்பையும்

கண்டு வியக்கின்றேன். எனது நெஞ்சார்ந்த பாராட்டுதல்களையும் நன்றியையும் இவர்களுக்குத் தெரிவித்துக் கொள்கிறேன்.

திரு.நரசய்யா அவர்கள் இக்கால இளம் தலைமுறை ஆய்வாளர்களுக்கு வழிகாட்டியாக அமையக்கூடிய எல்லாத் தகுதியும் படைத்தவர். ஆய்வுகள் ஒரு அறைக்குள் மட்டுமே நிகழ்த்தப்பட வேண்டியவை அல்ல; ஆய்வு செய்பவர்கள் தாம் வாழ்கின்ற இடத்திலிருந்து வெளியே செல்ல வேண்டும்; தெரியாத ஊர்களுக்கும் பயணப்பட அச்சப்படக்கூடாது; புதிய துறைகளில் கால் வைத்துப் பயணிக்கத் தயங்கக்கூடாது; வாழ்நாளில் ஒவ்வொரு நாளும் ஏதாவது படித்துக் கொண்டே இருக்க வேண்டும்; படித்ததைச் சிந்திக்க வேண்டும்; சிந்தித்ததை எழுத வேண்டும்; எழுதியதை ஏதாவது ஒரு வகையில் ஊடகங்களில் பதிவு செய்யவேண்டும்; அவை மக்களைச் சென்றடைய வேண்டும்; அக்கருத்துக்கள் கலந்துரையாடப்பட வேண்டும் என்றே தனது இளம் வயது முதல் செயலாற்றியவர் செயல்பட்டும் கொண்டிருப்பவர் திரு. நரசய்யா.

அவரது கடும் உழைப்பை அங்கீகரித்துத் தமிழ்நாடு அரசு அவரது நான்கு நூல்களுக்குச் சிறந்த நூலுக்கான தமிழக அரசின் பரிசினை வழங்கி இருக்கின்றது. வரலாற்று ஆய்வினைச் செய்வதற்கு ஒரு தொல்லியல் அறிஞராகவோ, கல்வெட்டியல் ஆய்வாளராகவோ, அல்லது வரலாற்றுத் துறைப் பேராசிரியராகவோ இருக்க வேண்டும் என்பது அவசியமில்லை; மிக முக்கியமாக ஒருவருக்குத் தேவைப்படுவது வரலாற்றில் ஆழ்ந்த ஈடுபாடும், தெரிந்து கொள்ள வேண்டும் என்ற ஆர்வமும், பல்வேறு நூல்களை வாசிக்க வேண்டும், வாசித்தவற்றை முறைப்படி ஆவணப்படுத்த வேண்டும் என்ற கடமை உணர்ச்சியும், தேடுகின்ற தரவுகளில் உண்மைத்தன்மை இருக்க வேண்டும் என்ற நேர்மையும், அடுத்த தலைமுறைக்கு நம் அறிவை வழங்க வேண்டும் என்ற ஈடுபாடும்தான். இந்த அனைத்தின் மொத்த உருவமாக நம் முன்னே வாழ்ந்து கொண்டிருப்பவர் கடலோடி நரசய்யா. இவரது நூல்கள் ஒவ்வொன்றும் முனைவர் பட்ட ஆய்வேட்டிற்குச் சமமானவை. இந்த நூல் தமிழ் மரபு அறக்கட்டளை பன்னாட்டு அமைப்பின் வெளியீடாக வருவது பெருமை அளிக்கும் ஒன்று. அதற்கும் மேலாக தமிழ் இலக்கியப் படைப்புலகில் வரலாற்றை ஆவணப்படுத்திய, ஆவணப்படுத்தக்கூடிய வழிகாட்டிகளுள் ஒருவராக நம்மிடையே வாழ்கின்ற திரு. நரசய்யா அவர்களது

வாழ்க்கையின் சில முக்கியக் குறிப்புகளை ஆவணப்படுத்தி நூல் வடிவில் உங்கள் முன் படைக்கின்ற இந்த முயற்சியைத் தொடங்கியதை நினைத்து என் மனதிற்கு ஆழ்ந்த மகிழ்வும் நிம்மதியும் கிடைப்பதை உணர்கின்றேன்.

இந்த நூல் தமிழ் மக்கள் சூழலில் பரவலாகச் செல்ல வேண்டும். நாம் வாழ்கின்ற சிற்றூரில் மட்டுமே நமது வாழ்க்கையைத் தொடங்கி முடித்துக் கொள்வது வாழ்க்கை அல்ல. இந்த உலகம் பரந்து விரிந்த ஒன்று. இந்த உலகின் எல்லா மூலைகளுக்கும், கிடைக்கின்ற எல்லா வாய்ப்புகளையும் பயன்படுத்திக் கொண்டு நாம் பயணிக்கவேண்டும். நமது பயணத்திற்கு நிலத்தின் தூரமோ கடலின் ஆழமோ வானின் உயரமோ எல்லையாக இருக்கக்கூடாது. நமது பயணங்களுக்கு முடிவுகள் இல்லை. தொடர்கின்ற பயணங்கள் ஒவ்வொன்றும் வாழ்க்கையின் புதுப்புது பகுதிகளை நமக்குத் திறந்து வழிவிட்டு நம்மைப் புதிய பாதையில் அழைத்துச் செல்கின்றன. அந்த வகையில் தனக்குக் கிடைத்த ஒவ்வொரு வாய்ப்பையும் கடலோடி நரசய்யா புதிய உலகைக் காண்பதற்கும் அவற்றை உள்வாங்கி தனது இலக்கியப் படைப்புகளாகத் தமிழ் மக்களுக்கு அறிமுகப்படுத்துவதிலும் வெற்றி கண்டவர்.

கடலோடி நரசய்யாவின் இந்த நூல் தமிழ்நாட்டின் பல்கலைக்கழகங்கள், கல்லூரிகள், நூலகங்கள், பள்ளிகள் அனைத்திலும் இடம்பெற வேண்டும். பொதுமக்கள் ஒவ்வொருவர் இல்லத்திலும் இந்த நூல் கட்டாயம் இருக்க வேண்டும்.

அன்புடன்,
டாக்டர். க. சுபாஷிணி,
நிறுவனர் மற்றும் தலைவர்,
தமிழ் மரபு அறக்கட்டளை பன்னாட்டு அமைப்பு.
31.7.2023

வாழ்த்துரை

நரசய்யா - ஒரு சகாப்தம்

90-களில் வாழும் கடலோடி நரசய்யா என்றும் இளமைத் துடிப்போடு இருக்கும் இளைஞர். வயது என்பதோர் எண், அதற்கும் மன ஆரோக்கியத்திற்கும் சம்பந்தமில்லை என்பதை நிரூபிப்பவர். இவர் தமிழில் மிகவும் அறியப்பட்ட மணிக்கொடி எழுத்தாளர் சிட்டி.சுந்தரராஜனின் மருமகன் ஆவர். சிட்டி ஐயாவை நான் அவரின் 90வது அகவையில் நரசய்யா அவர்களின் துணையோடு சந்தித்தேன். தமிழ் மரபு அறக்கட்டளை பற்றிச் சொல்லி முதுபெரும் எழுத்தாளர்கள் எல்லோருமே எம் முதுசொம் (வழி வழி வரும் சீதனம்) என்று விளக்கினேன். என்ன செய்ய வேண்டும்? என்று கேட்டார். நீங்கள் எங்களுக்காக ஓர் வலைப்பதிவு செய்ய வேண்டுமென்றேன். ஒரு குழந்தையின் ஆர்வத்துடன் கணினி வழி செயல்படும் தகவல் யுகத்திற்குள் உடனே நுழைந்துவிட்டார். இன்னும் பலருக்குக் கணினி, மின்னச்சு என்பவை அறியா உலகாக இருக்கும் போது, சிட்டி அதை 90 வயதில் அறிந்து கொள்ள முற்பட்டது ஆச்சர்யம்தான். ஒரு நல்ல எழுத்தாளன் என்பவன் ஓர் ஆர்வமுள்ள மாணவன் என்பதை அது காட்டியது.

அவரே அப்படியென்றால் அவர் மருமகன் கடலோடி நரசய்யா எப்படி இருப்பார்? அவரை நான் சந்தித்த போது ஒரு நூதனமான முறையில் தமிழை மின்னச்சு செய்து கொண்டிருந்தார். 90களில் நாங்களெல்லாம் எவ்வாறு தமிழை எளிதாக மின்பதிப்பு செய்வது எனப் பல சோதனைகள் செய்து கொண்டிருந்த காலம். எழுத்துரு கலை *(font technology)* வளர்ந்து கொண்டிருந்த காலம். மிக அடிப்படையான பிட்

மேப் எனும் வடிவில் நான் ஜெர்மானிய எழுத்துப்பலகை கொண்டு தமிழை கணினியில் எழுதிக் கொண்டிருந்தேன். கியூபெக் (கனடா) சீனிவாசன் ஆதமி எனும் முறையில் தமிழை எம்.எஸ்.டாஸ், அப்போது புதிதாக அறிமுகப்படுத்திய விண்டோஸ் இயங்குதளங்களில் எழுதிக் கொண்டிருந்தார். மெக்கிண்டாஷ் இயங்குதளத்தில் கு.கல்யாணசுந்தரம் மயிலை எனும் எழுதுமுறையை அறிமுகப்படுத்திய சமயம். சிங்கப்பூரைச் சேர்ந்த நா.கோவிந்தசாமி கணியன் எனும் மின்னெழுத்து முறையை அறிமுகப்படுத்தினார். ஆங்கில தட்டச்சுப்பலகை வழி தமிழை மின்னேற்றம் செய்யும் வழிமுறை கண்டு முரசு நெடுமாறன் தமிழின் முதல் மடலாடற்குழுவை இயக்கிக் கொண்டிருந்தார்.

இத்தனை நாங்கள் செய்து கொண்டிருக்கும் போது நரசய்யா அவர்கள் விகடன் எழுத்துருவை உலகிலேயே மிகவும் கடினமான முறையில் தட்டச்சு செய்து கொண்டிருந்தார். நான் ஆச்சர்யப்பட்டுப் போனேன். மோட்டார் கொண்டு நீரை இறைக்கும் வழி இருக்கும் போது ஏற்றம் கொண்டு நீர் இறைப்பது போல் நரசய்யா செயல்பட்டுக் கொண்டிருந்தார். அவர்கள் குடும்பத்தில் புதுமை கண்டு விரும்பும் அவ்வார்வம் என்னை அவர்பால் ஈர்த்தது. நீங்கள் இனிமேல் கஷ்டப்பட வேண்டாம், எனச் சொல்லி, அவருக்கு மிகவும் பரிட்சயமான ஆங்கில தட்டச்சு முறையில் தமிழை மின்னேற்றம் செய்யும் முறையை சொல்லிக் கொடுத்தேன். நெம்புகோல் இல்லாமல் கல்லைப் புரட்டிக் கொண்டிருந்த ஒருவருக்கு நெம்புகோல் கிடைத்த மகிழ்ச்சியை நான் அவர் முகத்தில் கண்டேன். அன்றிலிருந்து எங்களுக்குள் ஓர் ஈர்ப்பு, நட்பு.

தமிழ்ச்சமூகம் மூதாதையர் அறிவை செவிவழி கடத்தி வந்த பன்பாட்டைக் கொண்டிருக்கின்றது. வயதில் மூத்தோரெல்லாம் ஓர் தகவல் கிடங்கு. அவர்கள் பட்டறிவை நாம் பதிவாக்க வேண்டும். இந்த விஷயத்தில் நரசய்யா எங்களுக்கு நிரம்ப உதவியுள்ளார். அவரது தாய் மாமாவான சிட்டியை முதலில் எழுத வைத்தது, பின் அவர் மூலமாக தமிழின் முதல் நாவல் எனக்கருதப்படும் சேஷய்யங்காரின், " ஆதியூர் அவதானி சரிதம்" எனும் நூலை ஆய்வுக்கட்டுரையை எழுத வைத்தது என பல வகைகளில் அவர் உதவியிருக்கிறார்.

ஒரு பொறியாளராக இந்திய தேசிய கடற்படையில் அவர் பெற்ற அனுபவங்கள் வித்தியாசமானவை. அதையெல்லாம் நாங்கள் Oral History எனும் வகைப்பாட்டில் பதிவு செய்ய ஆரம்பித்தோம். எப்போது அழைத்தாலும் உடனே வரக்கூடியவர் நரசய்யா! கொரொனா காலத்தில் ஜூம் வழியாக நாங்கள் திசை கூடல் எனும் நிகழ்ச்சியைத் தொடங்கியபோது நரசய்யா கணினி தொழில் நுட்பத்தில் விற்பன்னராக இருந்த காரணத்தால் எங்களுக்கு நிறைய பேச்சுக்கள் வழங்கினார். அவற்றையெல்லாம் எழுத்துவடிவில் கொண்டுவரும் ஒரு முயற்சிதான் இந்த நூல்.

சிட்டியின் ஆரம்பக்கால படைப்புகளெல்லாம் ஆங்கிலத்திலேயே இருந்தது. நரசய்யாவும் அவ்வாறே. அவருக்குத் தமிழைவிட ஆங்கிலத்தில் எழுதுவது இயல்பாக சுலபமாக இருந்தது. அதனால் நரசய்யாவும் ஆங்கிலத்தில்தான் முதலில் எழுத ஆரம்பிக்கிறார். பின் மெல்ல, மெல்ல தமிழுக்கு வந்து "கடலோடி" எனும் நூல் மூலமாக பெரும் புகழ் அடைகிறார்.

இந்த நூலில் அவர் பல சுவாரசியமான விஷயங்களைச் சொல்கிறார். நரசய்யா ஒரு வரலாற்று ஆர்வலர். சுயமாக நிறையத் தெரிந்து கொண்டவர். சென்னையின் ஆதிகுடிகளில் ஒருவரான நரசய்யா மூலம் சென்னையின் சரிதத்தை அறிவது குதூகலமானது.

ஓர் வரலாற்று ஆய்வாளராக அவரது நெடும்பயணம் தொடரவேண்டும். மேலும் பல நூல்களை அவர் தமிழ் ஆய்வுலகிற்குப் படைக்க வேண்டும். அவருக்கு எங்கள் நன்றிகள்.

முனைவர் நா.கண்ணன்,
நிறுவனர், மற்றும் துணைத்தலைவர்,
தமிழ் மரபு அறக்கட்டளை பன்னாட்டு அமைப்பு.
31.7.2023

என்னுரை

சிறு வயதிலேயே சந்தர்ப்பவசத்தால் கடற்படையில் சேரும் வாய்ப்பு கிட்டியது. தாய் தந்தையரின் ஆசிகளாலும் தந்தையாரின் தொடர்ந்த ஊக்குவித்தலாலும், கடற்படையில் சேர்ந்து, கப்பல் பொறியாளராகப் பயிற்சி பெற்ற பின்னர் மொத்தமாக 10 வருடங்கள் கடற்படைக் கப்பல்களிலும், பின்னர் நான்கு வருடங்கள் வணிகக் கப்பல்களிலும் எனது வாழ்க்கை நன்றாகவே கழிந்தது. பின்னர் 27 வருடங்கள் விசாகப்பட்டினத் துறைமுகத்தில் பணியாற்றி ஓய்வு பெற்றேன். அங்கிருக்கையில் வங்க தேசப் போரின் போது கடற்படையால் அழைக்கப்பட்டேன். அப்போது கிழக்கு கமாண்டில் பணியாற்றினேன். அது ஒரு மறக்க முடியாத காலம்.

தொடர்ந்து அரசு அழைப்பில் மேற்கொண்ட ஆலோசகரான பணியும் துறைமுகத்தைப் பற்றியதாகவே இருந்தது. 1994 ஆம் ஆண்டு உலக வங்கியால் அழைக்கப்பட்டு, கம்போடியாவின் அவசரகால சீரமைப்புப் பணியில் இரண்டு வருடங்கள் ஆலோசகராக இருந்த போது அந்நாட்டு மிக முக்கியத்துவம் வாய்ந்த நீர்வழியான தோன்லே சாப்பை சீரமைக்க மேற்கொண்ட பணியும், நீரைச் சார்ந்ததாகவே அமைந்தது.

அப்போது அங்கு கண்ட, பழங்காலத் தமிழ் நாட்டு கடல்சார் தொடர்பின் எச்சங்களும் சான்றுகளும் என்னை வியக்கவைத்தன. ஆகையால் கடல் சார் வரலாற்றில் கவனம் செலுத்தலானேன். அதன் மூலம் எனக்குப் பல உண்மைகள் புலனாயின. இயற்கையாகவே கடல் சார் ஆய்வுகளில் ஆர்வம் இருந்ததால் மேலும் தொடர்ந்து ஆய்வுகளை மேற்கொண்டேன். அவற்றின் விளைவாக நான் 2005ஆம் ஆண்டு எழுதி வெளியிட்ட 'கடல் வழி

வணிகம் என்னும் தமிழ் நூல் நல்ல வரவேற்பைப் பெற்ற போது மகிழ்ந்தேன். ஆகையால் எனது ஆய்வுகள் மேலும் தொடர்ந்தன. கம்போடியாவின் அங்கோர் வாட் கோயிலைக் காண்கையில், அங்கும் சில சான்றுகளைக் கண்டேன். உதாரணமாக, கடல் வழி வணிகம் எழுதிக் கொண்டிருக்கையில் இராதா குமுத் முகர்ஜியின் நூலில் ஓரிடத்தில், தமிழர்களின் கப்பலொன்று சிங்களத் தீவில் கரை தட்டி நின்று விட்டது. அதைத் தரையிலிருந்து குதிரைகளைப் பயன் படுத்திக் கயிற்றைக்கட்டி இழுத்து மிதக்க விட்டனர்.என்று வருகிறது. அங்கோர் வாட் கோவிலில் ஓரிடத்தில், ஒரு சிற்பம், ஒரு குதிரை நீரைக் கடந்து ஒரு தீவுக்குள் ஏறுவது போலவும் அதனைத் தொற்றிக் கொண்டு சில மாலுமிகள் கரை சேர்வது போலுமிருந்தது. இச்சிற்பம் என்னை வியக்கவைத்தது. அப்போதே எனக்கு அது பொறி தட்டினாற்போன்ற உணர்வை ஈந்தது. ஆகையால் வரலாற்றில் கவனம் செலுத்தலானேன்.

தமிழ் மரபு அரக்கட்டளை தலைவர் முனைவர்.சுபாஷிணி அவர்கள் என்னை 2020ஆம் ஆண்டு தொடர்ந்து ஐந்து சொற்பொழிவுகள், எனது கடல் சார் அனுபவங்களைப் பற்றி, இணையதள மூலமாகப் பேசச் சொல்லி அழைத்தது எனக்குப் பெருமையாகவே இருந்தது. அவ்வாறு நான் பேசியவற்றைத் தொகுத்து அவ்வம்மையார் வெளியிட வந்ததற்கு அவருக்கு எனது நன்றிகள். இந்த நூல் முழுமைபெற்று வெளிவர இந்த முயற்சியில் பங்கேற்றுச் சிறப்பாகச் செயல் புரிந்த முனைவர் பாமாவுக்கும் பணியாற்றிய தமிழ் மரபு அரக்கட்டளை குழுவினர் ஒவ்வொருவருக்கும் எனது நன்றி. இந்த நூலைப் பதிப்பிக்கும் தமிழ் மரபு அறக்கட்டளை பதிப்பகப் பிரிவுக்கு என் நல்வாழ்த்துகள்.

நரசய்யா
1.8.2023

1. இந்தியக் கடற்படையில் நான்

ஒ▽ஞ

இப்போது நாம் பேசிக்கொண்டிருக்கிற நேரத்திலிருந்து (2020) சரியாக 71 வருடங்களுக்கு முன்பு 1949ஆம் வருடத்தில் நான் கடற்படையில் சேர்ந்தேன். கடற்படையில் நான் சேர்ந்த நிகழ்வே பெருங்கதைதான். நான் பள்ளிகாலத்தில் வகுப்பில் நன்றாகப் படிக்கும் மாணவர்களில் ஒருவனாக இருந்தேன் (1949). பதினொன்றாம் வகுப்புத் (SSLC.) தேர்வில் முதல் வகுப்பில் தேர்ச்சி பெற்றேன்.

இயற்பியல் பாடப்பிரிவில் திருச்சி மாவட்டத்தில் முதல் மதிப்பெண் பெற்றேன். எனது தந்தையார் திருச்சிராப்பள்ளி மாவட்டத்தின் ஜில்லா கல்வி அதிகாரியாக இருந்தார். அதனால் எனக்குக் கல்லூரியில் இடம் கிடைப்பதற்கு எந்தவிதமான இடர்ப்பாடும் இல்லை. திருச்சி செய்ன்ட் ஜோசப் கல்லூரியில் எனக்கு இடம் கிடைப்பதில் ஒரு பிரச்சனையும் கிடையாது.

ஒரு நாள் வகுப்பில் இருக்கும் பொழுது மாலைப் பொழுதில் கந்தசாமி பிள்ளை என்கிற எனது ஆசிரியர் சுற்றறிக்கை ஒன்றை வாசித்துக் கொண்டிருந்தார். எனக்குச் சரியாகக் கேட்கவில்லை இன்னொரு முறை சொல்லுங்கள் என்று கேட்டேன். அவர், நீ நன்றாகப் படிக்கும் மாணவன். பெரிய குடும்பத்தைச் சேர்ந்தவன். இது உனக்கு எதற்கு, என்றார். அதைப் பற்றி மீண்டும் நான் வினவவே அவர் கூறினார், இது பட்டாளத்திற்குச் சேர்வதற்கான சுற்றறிக்கை. உனக்கு இதைப் பற்றி கூறுவதனால் என்ன பயன்?. நீ பட்டாளத்தில் சேரப் போகிறாயா?, என்று கேட்டார். உடனே நான் இன்று உங்களுக்குச் சத்தியம் செய்கிறேன். ஆயுதம் ஏந்திய படையில் (armed force) கண்டிப்பாக நான் சேர்ந்து காட்டுவேன் என்றேன். இந்நிகழ்வு ஒரு கதையாக ஆனந்த விகடன்

நரசய்யா

தீபாவளி மலரில் கப்பல் விடுவோம் என்ற தலைப்பில் இருபது வருடங்களுக்கு முன் வெளியானது.

இந்திய ராணுவத்தில் சேர்ந்து விட வேண்டும் என்று நினைத்தேன். ஆனால் எந்தப்படையில் சேரவேண்டும் என்பது தெரியவில்லை. இந்தச் சிந்தனையுடன் வீட்டிற்குச் சென்றேன். தந்தையாரின் அலுவலகம் திருச்சியில் இருந்தது. எங்கள் வீடு லால்குடியில் இருந்தது. ஆகையால், வேலைக்கு தினமும் அவர் இரயிலில் காலையில் சென்று. வேலை முடிந்து தினமும் இரவில் தான் வீடு திரும்புவார். லால்குடியில் நாங்கள் இருந்த வீட்டில் அப்பொழுது மின்சார இணைப்பு இல்லை. சில அரிக்கன் விளக்குகள், ஒரு பெட்ரோமாஸ் விளக்கு வீட்டின் நடுவே இருக்கும். தினமும் இரவில் தந்தை வந்தவுடன் அவருடன் அனைவரும் அமர்ந்து பேசுவோம். அன்றும் இரவில் தந்தை வந்தவுடன் வீட்டில் அவருடன் நாங்கள் பேசிக் கொண்டிருந்தோம். வெளியே சார் சார் என்று ஒருவரின் குரல் கேட்டது. யார் என்று வெளியே சென்று பார்த்தேன். எனது ஆசிரியர் வெளியே நின்று கொண்டிருந்தார்.

எனது ஆசிரியர் வேலை செய்வது உயர்நிலைப்பள்ளியில். எனது தந்தை ஜில்லா கல்வி அதிகாரி. எனது ஆசிரியருக்கு என்ன பயம் என்றால் எங்கே நான் ஏதும் என் தந்தையிடம் கூறி அவரைத் தண்ணீர் இல்லாத காட்டிற்கு மாற்றி விடுவேனோ என்று பயம் இருந்தது போலும். எனது தந்தை அவரைப் பார்த்து என்ன பிள்ளை இந்த நேரத்தில் வந்திருக்கிறீர்கள்? என்றார். எனது ஆசிரியர், சார் ஒரு தவறு நடந்து விட்டது. உங்கள் மகன் நன்றாகப் படிக்கும் மாணவன். நான் ஏதோ சொன்னேன் என்று பட்டாளத்தில் சேரப்போகிறேன் என்கிறான். அவன் நன்றாகப் படிக்க வேண்டும் சார். பெரிய பொறியியலாளராக வேண்டும் சார் என்று கூறினார். அதற்கு என் தந்தை கூறிய பதில் இன்றும் என் காதில் கேட்கிறது. என் தந்தை மிகவும் ஆச்சரியப்பட்டார். நீங்கள் ஒரு தவறு செய்யவில்லை. நீங்கள் செய்தது இரண்டு தவறு. என் மகனுடன் இதைப் பற்றி அவ்வாறு பேசியது முதல் தவறு. என்னிடம் சொல்வது இரண்டாவது தவறு. அவனுக்கு விருப்பம் இருந்தால் சேரட்டும் விடுங்கள் என்றார் என் தந்தை. நான் ஏதோ வேடிக்கையாகச் சொன்னது நடந்துவிடும் போலிருக்கிறதே என்று பயந்தேன்.

எனது தந்தை என்ன உனக்கு பட்டாளத்தில் சேர வேண்டுமா? என்று என்னிடம் கேட்டதுடன், கடற்படையிலிருந்து ஒரு விளம்பரம் வந்திருக்கிறது. கடற் பொறியாளர்களைக் (Marine engineers) கடற்படையில் சேர்க்கிறார்களாம். நீ போகிறாயா? என்று கேட்டார். எனக்கு அது என்னவென்றே தெரியாது. எனக்கு பயமாக இருந்தது. நிஜமாகவே இவர்கள் என்னைப் பட்டாளத்தில் தள்ளி விடுவார்களோ என்று பயந்தேன். எனது தந்தையோ ஆயுதப் படையில் (armed forces) சேர்வது நல்லதுதான் என்று கூறினார். எப்படியாவது அம்மா காப்பாற்றி விடுவார் என்று நினைத்தேன். சாப்பாடு நேரத்தில் அப்பா அம்மாவிடம் கூறினார். நம் மகன் இந்திய ராணுவத்தில் சேர வேண்டும் என்கிறான். கடற்படையில் சேர்வது நல்லது என்றார். கடற்படையாவது, மண்ணாவது நன்றாகப் படிக்கட்டும் என்று அம்மா கூறினார். நான் மகிழ்ந்தேன். தாயார் காப்பாற்றிவிடுவார் என்று நம்பினேன்.

ஆனால் அம்மா சற்றே நிறுத்திக் கேட்டார். கடற்படையில் உனக்கு என்னவாக வேண்டும்? உடனே அப்பா கூறினார், கடற்படைப் பொறியாளர். அந்தப் படிப்பு புதியது, என்றார். பொறியாளரா அப்படியென்றால் சேரட்டும் என்றார் தாயார். எனக்கு அப்பொழுதே பயம் வந்துவிட்டது. மாநிலம் விட்டு வேறு மாநிலம் போக வேண்டும்.

நான் கற்றது கப்பற் பொறியியல். ஆனால் நான் அதிகமாக ரசித்தது இயற்கையை. முக்கியமாக நான் தெரிந்து கொண்டது வாழ்க்கைத் தத்துவத்தை. இதை ஏன் நான் இப்பொழுது கூறுகிறேன் என்றால், இவற்றை நான் ஆவணப்படுத்த வேண்டும் என்று சுபாஷிணி தான் ஊக்குவித்தார். நீங்கள் ஒரு முன்னுதாரணம். ஆகையால் மற்றவர்களும் தெரிந்து கொள்ள வேண்டும். அதனால் உங்கள் வாழ்க்கை அனுபவத்தைக் கூறுங்கள், என்று சொன்னார்.

நான் பணி ஓய்வு பெற்றதன் பின்பு தான் தமிழ் இலக்கியத்தைப் படிக்கத் தொடங்கினேன். சங்க இலக்கியம் முழுவதையும் படித்தேன். திருக்குறளில் ஆர்வம் வந்தது. திருக்குறளை ஆர்வத்துடன் படித்தேன். அதில் ஒன்று

இணர்ஊழ்த்தும் நாறா மலர்அனையர் கற்றது
உணர விரித்துரையா தார். (குறள்- 650)

தமக்குத் தெரிந்ததைப் பலரும் புரிந்து கொள்ளும்படித்

தெளிவாகச் சொல்லும் திறமை இல்லாதவர்கள் கொத்துக்கொத்தாய் மலர்ந்திருந்தாலும் மணம் பரப்பாத மலர்களைப் போன்றவர்கள். இக்குறள் எனக்கு மிகவும் விருப்பமான குறள். நமக்குத் தெரிந்ததை மற்றவர்களுக்கும் தெரியப்படுத்த வேண்டும். அதற்காகத்தான் இப்போது நான் தெரிந்து கொண்டவற்றைப் பற்றிப் பேசுகிறேன்.

எனது அப்பா ஒரு மாத ஓய்வுதியம்(*pension*) கூட வாங்கவில்லை. அப்பொழுது பணிநிறைவு வயது 55தான். 56 ஆம் வயதில் அவர் காலமானார். நான் கப்பலில் இருக்கும் பொழுதே அவர் காலமானார். அவர் தான் நான் கடற்படையில் சேருவதற்கு எனக்கு எல்லா ஊக்கமும் அளித்தவர்.

கடற்படை தேர்வு முறை (1949)

திருச்சி வேலை வாய்ப்பு (*Recruiting*) அலுவலகத்தில் நுழைவுத்தேர்வு எழுத்துத்தேர்வு நடந்தது. நுழைவுத் தேர்விற்கு நிறையபேர் (கிட்டத்தட்ட 120 பேர்) வந்திருந்தார்கள். அதிலிருந்து மூன்றுபேர் மட்டுமே தேர்வு செய்யப்பட்டோம். திருச்சியில் மூன்று நாட்கள் வெவ்வேறான தேர்வுகள் மற்றும் மருத்துவத் தேர்வுகள் நடந்தன. அந்த மூவரில் நான் தான் முதலிடத்தில் இருந்தேன். மருத்துவத் தேர்வு பெங்களூரில் நடந்தது. அங்கிருந்து லோனவ்லா (பூனாவிற்கு அருகிலுள்ளது) என்ற ஊருக்கு அனுப்பப்பட்டோம். அங்குதான் நேர்முகத் தேர்வு.

லோனவ்லாவில் நடந்த நேர்முகத் தேர்வில் நான்கு அதிகாரிகள் இருந்தனர். அவர்கள் நால்வரும் மிகவும் நேர்மையானவர்கள். அந்த நேர்முகத்தேர்வு விதிமுறைகள் குறிப்பிடத்தக்கவை. இந்தக் குழுவின் தலைவராக கமாண்டர் பியர்ஸ் (*Commander Pearce*) என்பவர் இருந்தார்.

அப்பொழுது எனக்கு வயது 16 தான். காதில் சிவப்புக் கல் பதித்த கடுக்கன், அரைக்கால்சட்டை அணிந்து (அப்போது நான் பேண்ட் போட்டதில்லை) அதேபோல சட்டையும் சாதாரணமானது தான். 16 வயதில் முழுக்கைச் சட்டையை நினைத்துக் கூடப் பார்க்க முடியாது. ஏதாவது அப்படியாவது தேர்வில் தேர்ச்சி பெறாமல் வீட்டிற்குச் சென்று விடலாம் என்று நினைத்துக் கொண்டிருந்தேன். லோனவ்லாவில் மறுபடியும் எழுத்துத்தேர்வு நடைபெற்றது. மூன்று நிலைகளில் தேர்வு நடைபெற்றது. அதற்குப்பிறகு நேர்முகத்தேர்வு நடைபெற்றது. நேர்முகத் தேர்வுக்கு முதல்நாள் நல்ல மழை பெய்தது. எனது

சட்டை நன்றாக நனைந்து விட்டது. இருந்தாலும் அதைச் சரி செய்து கொண்டேன். கால்சட்டைக்கு வெளியே விடப்பட்ட சட்டை. அரைக்கால் சட்டை. காதில் சிறு சிவப்புக்கல் கடுக்கன். காலில் செருப்பு அணிந்திருந்தேன். ஆனால் முதல் நாள் இரவில் யாரோ அதை எடுத்துச் சென்று விட்டார். செருப்பு கூட அணியாத வெறும் காலோடுதான் நேர்முகத் தேர்விற்குச் சென்றேன்.

இந்த நேர்முகத்தேர்வுக்கு இங்கிலாந்தில் இருந்து வந்திருந்த கமாண்டர் பியர்ஸ் தலைமை வகித்தார். அவருடன் இன்னும் இரண்டு ஆங்கிலேய அதிகாரிகள் இருந்தனர். அதில் ஒருவர் லெப்டினண்ட் கமாண்டர் ஸ்டேபிள்ஃபோர்ட். மற்றொருவர் லெப்டினெண்ட் கமாண்டர் ஹோம்ஸ் என்பவர். பக்கத்தில் நான்காவதாக ஓர் இந்திய அதிகாரி, அவர் மருத்துவத்துறை சார்ந்த ராணுவ அதிகாரி. கமாண்டர் பியர்ஸ்க்கு என்னைப் பார்த்தவுடன் சந்தேகம் வந்தது. அவர் கேட்டார், உனக்கு ஆங்கிலம் தெரியுமா? என்று. எனக்குச் சற்று கோபம் வந்தது. நான் படிப்பது மற்றும் திரைப்படம் பார்ப்பது அனைத்தும் ஆங்கிலத்தில்தான். அப்பொழுது எனக்குத் தமிழில் ஆர்வம் கிடையாது. அப்பொழுதே நிறைய ஆங்கிலப் புத்தகங்கள் படித்திருந்தேன். ஏனெனில் எனது அப்பா வாசிப்பதற்கு என்னை ஊக்கப்படுத்தினார். சொன்னால் நம்ப மாட்டீர்கள். அவர் கேட்டதற்கு தெரியும் என்று ஆங்கிலத்தில் **I do** என்று கூறினேன். அவர் புரிந்து கொண்டார். சரி சரி.. நல்லது... எளிதாக எடுத்துக்கொள் என்றார்.

என்னுடைய சுய மதிப்பீட்டுப் படிவத்தில் (*self assessment form*) என்னுடைய பொழுதுபோக்கு, புத்தகம் வாசித்தல் மற்றும் திரைப்படம் பார்த்தல் என்று பதிவு செய்திருந்தேன். கடைசியாக எந்தப் புத்தகத்தை வாசித்தாய் என்று அவர் கேட்டார். நான் *Inside Asia* என்னும் புத்தகத்தை வாசித்தேன் என்றேன். அவருடைய காதுகளை அவராலேயே நம்ப முடியவில்லை. ஆச்சரியத்தில், *Inside Asia* புத்தகத்தை நீ வாசித்து இருக்காயா? என்று இன்னொரு முறை கேட்டார். யார் எழுதியது? என்றும் கேட்டார். நான் ஜான் குந்தர் (*John Gunther*) என்றேன். நீ ஆங்கிலத் திரைப்படங்கள் பார்ப்பாயா? என்று கேட்டார். ஆமாம் என்றேன். கடைசியாகப் பார்த்த திரைப்படத்தின் பெயரைக் கேட்டார். *Northwest Mounted Police* என்று

கூறினேன். யார் நடித்தது? என்று கேட்டார். நான் கேரி கூப்பர் *(Gary Cooper)* என்றேன். தொடர்ந்து என்னிடம் காரில் பெட்ரோல் பயன்படுத்துக்கிறேன், ஏன் தண்ணீர் பயன்படுத்தக் கூடாது என்றார். நான் கூறினேன் பெட்ரோல் எரியும், தண்ணீர் தீயை அணைத்துவிடும். அவர் அது வெப்ப இயந்திரம் என்று சொல்லுகிறாயா என்றார். எனக்கு முழுதும் புரியவில்லை, அவர் சொன்னது சரியாக இருந்ததால் ஆம் என்றேன். வேறு தொழில்நுட்பம் சார்ந்த வினாக்கள் கேட்கப்படவில்லை. இவ்வளவுதான் அன்றைய நேர்முகத்தேர்வு உயர் அதிகாரிகளால் பள்ளிப்படிப்பு முடித்து வந்த ஒரு சிறுவனுக்கு நடத்தப்பட்டது.

அவர்கள் என்ன செய்கிறார்கள் என்றால், வெட்டப்படாத வைரத்தை எடுத்து எவ்வாறு பட்டை தீட்டலாம் என்றுதான் பார்க்கிறார்களே தவிர நேர்முகத்தேர்விற்கு வரும் இளைஞர்களை நிராகரிக்க முற்படவில்லை. அதுதான் நமது நேர்முகத் தேர்வுக்கும் அவர்களது நேர்முகத் தேர்வுக்குமான வேறுபாடு. அவர்கள் பார்த்தது இச்சிறுவனுக்கு எவ்வளவு தெரிந்திருக்கிறது என்பதைத்தான். ஆனால் இந்திய அதிகாரிகளில் பலர் பார்ப்பதோ ஒருவருக்கு எவ்வளவு தெரியவில்லை என்பதைத்தான். அத்தலைவர் ராமன் என்கிற ஓர் இந்திய அதிகாரியை அழைத்து, என்னை அழைத்துக் கொண்டு போய்ப் பேச சொன்னார். அவர் என்னைக் கட்டிப்பிடித்தபடி கூறினார். நாளைக் காலைக்குள் காதுகளிலிருந்து கம்மல்களைக் கழற்றிவிடு என்றார். இவ்வாறு தான் அன்று நடந்த நேர்முகத்தேர்வில் முதல் நிலையில் தேர்வானேன்.

ஐ.என்.எஸ் சிவாஜி *(INS SHIVAJI)* என்ற அந்தப் பயிற்சி நிலையத்தின் குறிக்கோள் கர்மஷு கோசலம் *(karmasu kaush-alam)* என்பதாகும். இது கீதையின் இரண்டாவது இயலில் உள்ளது. பாரதியார் இதனை மிக அழகாக மொழி பெயர்த்துள்ளார். யோகம் செயல்களின் திறமையாம் - நாம் செய்யும் வேலையில் நாம் திறமையுடன் செயல்பட வேண்டும் என்பதாகும். அந்த பயிற்சி நிலையத்தின் சின்னம் கவசமணியப்பட்ட ஒரு கை சம்மட்டியுடன் கடலிலிருந்து எழுவது போல இருக்கும். ஐ. என். எஸ் சிவாஜி *(INS SHIVAJI)* ஒரு அழகான நிறுவனம். அது பூனாவிற்கு அருகிலுள்ளது. லோனவ்லா என்னுமிடத்திலிருந்து ஏழு மைல் தொலைவில் உள்ளது.

இந்தப்படத்தில் கீழே இருப்பது கர்மஷூ கோசலம். மேலே சிவாஜி என்று எழுதப்பட்டுள்ளது. இவ்விடம் பூனாவிலிருந்து 60கிமீ மேற்கில் உள்ளது. அது கடல்மட்டத்திலிருந்து 600 மீட்டர் உயரத்தில் உள்ளது.

அடுத்த படத்தில் இருப்பது ட்யூக் நோஸ் *(Duke nose)* என்னும் செங்குத்தான மலைக்குப் பக்கத்தில் டைகர் லீப் *(Tiger s Leap)* என்னும் அதள பாதாளம் 650 மீட்டர் *(Sheer Drop)*. இவை இரண்டுக்கும் இடையே சிவாஜி

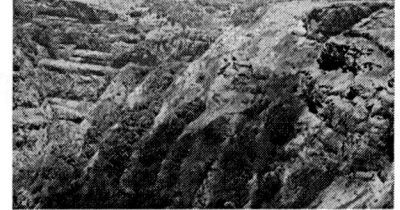

அமைந்தள்ளது. ஆகையால் இயற்கையைச் சுவைக்க இது ஒரு நல்ல வாய்ப்பு.

இந்தப் படத்தைப் பார்த்துச் சிரிக்காதீர்கள். ஏனென்றால் இது

என் முதல் புகைப்படம். நான் சிவாஜியில் சேர்ந்த புதிதில் ஒரு பயிற்சியாளனாக! ஒரு பதினாறு வயது இளைஞன் எச். எம். ஐ. எஸ் சிவாஜி *(HMIS SHIVAJI)* கடற்படை பயிற்சி நிறுவனத்தில் இருப்பதை எண்ணிப் பாருங்கள். என் குடும்பத்தார் எல்லாரிடமும் 71 ஆண்டுகளுக்கு முன் எடுத்த இந்தப் புகைப்படம் இன்றும் இருக்கின்றது. நான் அணிந்திருக்கும் கால்ச்சட்டை பாவாடை போல் தெரியும். அது தான் எங்களது சீருடை. இந்தச் சீருடையில் தான் நான்கு வருடங்களைக் கழித்தேன். எனக்கு வீட்டு நினைவு *(home sick)* ஏற்படும் பொழுதெல்லாம் எனது தந்தை எனக்கு எழுதிய கடிதத்தை எடுத்துப் படிப்பேன். அவை பெரிய கடிதங்கள். என் தந்தை ஐந்து, ஆறு பக்கங்கள் வரை எழுதுவார். ஒரு கடிதம் மட்டும் உதாரணத்திற்காகப் பகிர்கிறேன்.

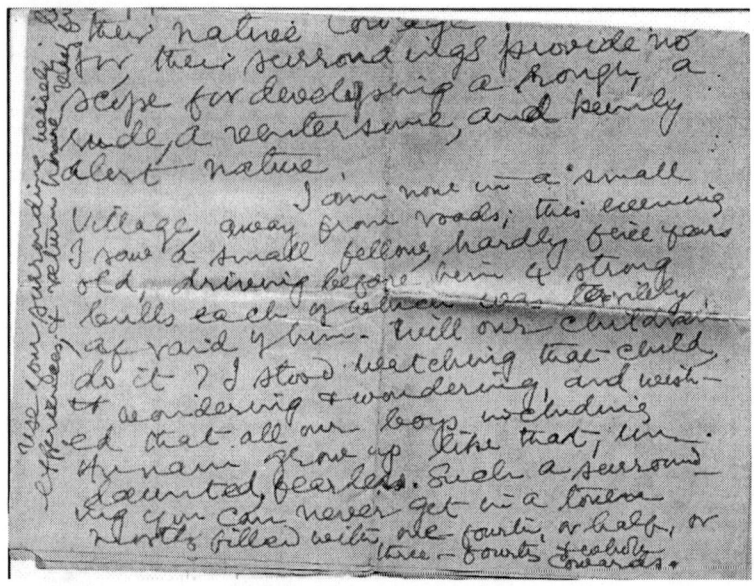

their native courage
for their surroundings provide no
scope for developing a rough, a
rude, a venturesome, and keenly
alert nature.
I am now in a small
village away from roads; this evening
I saw a small fellow hardly five years
old, driving before him 4 strong
bulls each of which was terribly
afraid of him. Will our children
do it? I stood watching that child,
wondering & wondering, and wish-
ed that all our boys including
Annam grow up like that, un-
daunted, fearless. Such a surround-
ing you can never get in a town
mostly filled with one-fourth, or half, or
three-fourths & wholly cowards.

Fathers encouraging letters -A sample

He writes, I am now in small village away from roads; this evening I saw small fellow only 5 yearsold driving before him 4 strong bulls each of which was terribly afraid of him. will ourchildren do it? I stood watching the child and wondering and wondering and wishing that all ourboys including Annam (that is my sister) grow like that undaunted and fearless; such surrounding you can never get in town. Nearly filled with one - fourth or half or three- fourths no whole lot of cowards! so you are now going into navy. You will learn Something new and good.

அப்பொழுது கடற்படைத் தளபதியாக இருந்தவர் அட்மிரல் வில்லியம் எட்வர்டு பேரி *(Admiral William Edward Parry)* அவர்தான் கடற்படைப் பயிற்சியாளர்களுக்குத் தலைவர் *(CNS chief of naval staff)*. அவர் ஆறு அடி உயரம் கொண்டவர். எங்களுடைய சிவாஜியின் அதிகாரி *(commanding officer)* கேப்டன் தயா சங்கர் *(captain Daya Shankar)* குள்ளமானவர். இவர்கள் இருவரும் அமர்ந்து கொண்டு அன்றைய சிவாஜியில் ஏற்பாடு செய்யப்பட்டிருந்த மட்டைப்பந்து விளையாட்டைப் பார்த்துக் கொண்டிருந்தார்கள். நான் அருகில்

நின்று கொண்டிருந்தேன். நான் கேலிச்சித்திரங்கள் மிக நன்றாக வரைவேன். ஆகையால் எனக்குப் படம் வரைவது மிகவும் எளிது. இவர்கள் இருவரையும் வரையலாமே என்று எனக்கு ஒரு யோசனை வந்தது. ஓடிச்சென்று ஒரு காகிதத்தை எடுத்து அதில் ஒரு படம் வரைந்தேன். அட்மிரல் தயா சங்கர் அவர்களைக் குட்டையாகவும் அவருக்கு முன்னால் அட்மிரல் பேரி மிகவும் உயரமாகவும் இருப்பது போன்று வரைந்து. அதற்கு An unbalanced diet என்ற தலைப்பும் கொடுத்தேன். அக்காகிதத்தைக் கையில் சுருட்டி எடுத்துக் கொண்டு அவர்கள் உட்கார்ந்திருந்த இடத்திற்குச் சென்றேன். கேப்டன் சங்கர் என்னைத் திரும்பி பார்த்தார். அவர் முழு பெயரைச் சொல்லித்தான் எப்பொழுதும் அழைப்பார். Yes; Appala Narasiah என்று என்னை அழைத்தார். நான் சார் என்று கூறிக் கொண்டே அருகில் சென்று வரைந்த படத்தை அவர் கையில் திணித்து விட்டு ஓடிவிட்டேன். எனக்குச் சற்று பயமாக இருந்தது. எனவே அங்கிருந்து சென்று விட்டேன். அதன் பின் இரண்டு நாட்கள் கழித்து நான் வகுப்பில் இருக்கும் பொழுது கமாண்டர் வில்காக்ஸ் (commander Wilcox)- என்பவர் பொறியியல் பாடத்தை நடத்திக் கொண்டிருந்தபோது, கமாண்டிங் அதிகாரி அலுவலகத்தில் இருந்து ஒருவர் காகிதத்தில் ஒரு செய்தி கொண்டு வந்தார். அது சிறிய குறிப்பாக இருந்தது. அதில் பயிற்சியாளர் நரசய்யாவைப் பார்க்கவேண்டும் என்கிற குறிப்பு இருந்தது. எனக்குப் பயமாக இருந்தது.

கமாண்டர் வில்காக்ஸ், நீ என்ன செய்து வைத்தாய்,கமாண்டிங் அதிகாரியே கூப்பிடுக்கிறார், உனக்கு பிரச்சனைதான் என்றார். எனக்கு மிகவும் பயமாக இருந்தது. கமாண்டிங் அதிகாரியின் அறைக்கு நடுங்கிக் கொண்டே சென்றேன். அவ்வறை 8 அடி நீளமானது. பெரிய அறை. அதிகாரி மிகவும் குட்டையானவர். அவர் பெரிய மேசையின் பின்னால் அமர்ந்திருந்தார். அதிகாரியின் அறை 8அடி நீளம்தான், ஆனால் எனக்கு ஒரு மைல் தூரம் போல் இருந்தது.

பயத்தில் நடுங்கிக்கொண்டே சென்றேன். நான் வரைந்த படத்தை அவர் மேசையின் மீது வைத்திருந்தார். நீதான் வரைந்தாயா? என்று கேட்டார். ஆமாம் என்றேன். சரி. இங்கே உட்கார் என்றார். உயரதிகாரி முன்பு பயிற்சியிலிருப்பவர் (cadet) அமர்வது என்பது ஆயுதம் ஏந்திய எந்தப் படைப்பிரிவிலும் பழக்கம் இல்லாத ஒன்று. நான் பயத்தில் உட்காராமல் நின்று கொண்டிருந்தேன். அவர் என்னை உட்காருமாறு கூறினார். ஒரு வெள்ளைக் காகிதத்தை எடுத்து மேசையில் வைத்தார். ஒரு பென்சிலை என்னிடம் கொடுத்தார். அதில் என்னை ஒரு படம் வரையுமாறு கூறினார். கமாண்டர் கபூரை உனக்குத் தெரியுமா? என்று கேட்டார். ஐ. என். எஸ் சிவாஜி கப்பற்படை தளத்தின் முதல்நிலை அதிகாரி அவர். மிகவும் கண்டிப்பானவர். அனைவருக்கும் மிக மோசமான முறையில் தண்டனை கொடுப்பார். அவரை உனக்குத் தெரியுமா? என்றார். நான் தெரியும் என்றேன். கமாண்டர் கபூரின் உருவத்தைக் கழுதையின் முகம் கொண்டு வரையச் சொன்னதோடு, அப்படத்தின் கீழே Commander Kapoor என்று எழுதவும் சொன்னார். நான் கொஞ்சம் விவேகமானவன். அவரிடம் சொன்னேன். நான் படம் வரைகிறேன். ஆனால் அவர் பெயரை எழுதமாட்டேன். அவரும் சிரித்துக் கொண்டே நீ மிகவும் புத்திசாலி என்று புரிந்து கொண்டேன் என்றார்.. அத்தோடு அது முடிந்தது. பிறகு இரண்டு மாதங்கள் கழித்து கமாண்டர் கபூர் மாற்றலாகிச் சென்றுவிட்டார்.

கப்பற்படைப் பயிற்சிக்குப் பின்பு நான் முதன்முதலாக அனுப்பப்பட்டது ஒரு நாசகாரிக் கப்பலில் (a destroyer) பயிற்சியாளனாகத்தான் அது மிகவும் பழமையான கப்பல். இரண்டாம் உலகப்போரின் போது கட்டப்பட்டது. அதன் பெயர் INS RANA. முன்னதாக HMS RAIDER என்று அழைக்கப்பட்டது.

1953-ஆம் ஆண்டு ஜூலை மாதம் ஒரு மாலை வேலையில் தான் கப்பலில் சேர வேண்டும்., இந்தக் கப்பலில் ஏறுவதே பெரிய சாகசமாக இருந்தது. அரபுக் கடலில் துறைமுகத்தினின்று 500மீ தூரத்தில் நங்கூரம் பாய்ச்சிய நிலையில் இக்கப்பல் இருந்தது. ஜூலை மாதம் பம்பாய் கடல் பலத்த காற்று சீறும் கடல் அலைகளுடன் காணப்படும். சிறிய படகின் மூலம் கப்பலுக்குச் சென்றவுடன் gangway வழியாகக் கப்பலில் ஏற வேண்டும். பெரும் அலைகளுக்கு மத்தியில் படகு கப்பலருகில் சென்றது. படகோட்டி சொன்னான் மிகவும் ஜாக்கிரதையாகக்

கப்பலின் படிகளில் ஏற வேண்டும். அருகில் சென்றவுடன் எனது சாமான்களைத் தூக்கிப் படிக்கட்டுகளின் பிளாட்ஃபாரத்தில் எறிந்தேன். ஒருவர் அவற்றை வாங்கிச் சென்றார். அதன் பின் நான் பிளாட்ஃபாரத்தில் குதித்தேன். குதிக்கும் போது படகு நகர்ந்து விட்டது. ஆகையால் நான் படகுக்கும் கப்பலுக்கும் இடையே கடலில் விழுந்துவிட்டேன். அலைகளின் உயரம் 6 அடி. எவ்வளவு பெரிய நீச்சல் வீரராக இருந்தாலும் அந்த அலைகளில் நீந்த முடியாது. ஆனால் அதிருஷ்டவசமாக அந்தப் பிளாட்ஃபாரத்தின் கீழே இணைக்கப்பட்டிருந்த கம்பியைக் கெட்டியாகப் பிடித்துக் கொண்டேன். அப்போது அந்தப்படகு பிளாட்ஃபாரத்தை நோக்கி வரத்தொடங்கியது. உடனே நான் பயத்தில் பிடித்துக் கொண்டிருந்த கம்பியை விட்டு விடாமல், தண்ணீருக்குக் கீழே சென்று விட்டேன். பின்னர் சக மாலுமிகள் என்னைக் காப்பாற்றி மேலே கொண்டு வந்தார்கள்.

இதைப் பார்த்துக் கப்பலில் இருந்து அனைவரும் ஓடி வந்தனர். புதிதாக வந்தவர் தண்ணீருக்குள் விழுந்ததனால் அனைவரும் ஓடி வந்தனர். எனக்கு முன்னால் சேர்ந்த ஒரு பயிற்சியாளர் ஒருவர் அவன் இன்னும் உயிரோடிருக்கிறானா என்றார். அவர் உண்மையிலேயே நம்பிக்கை இழந்து காணப்பட்டார் என்று நினைக்கிறேன். ஆனால் மேலிருந்து ஓடி வந்த கப்பலின் கமாண்டிங் ஆஃபீசர் கமாண்டர் நாசரத் என்பவர் ஒரு குவளை சிவப்புநிறத் திரவத்தைக் கொண்டுவரச் செய்து அதனை எனது வாயில் ஊற்றினார்.

அது என்னவென்று தெரியாமல் நான் அருந்தி விட்டேன். அது சுத்தமான பிராந்தி. முதல் தடவையாகத் தான் அதை ருசித்தேன். ஆகையால் அது என்னவென்றே தெரியாது. மயக்கத்தில் தூங்கிவிட்டேன். பிறகு அடுத்தநாள் மதியம் 2 மணிக்குத்தான் எழுந்தேன். கப்பல் அரபிக் கடலில் கொச்சி நோக்கி சென்று கொண்டிருந்தது. கப்பல் எட்டடி உயரத்திற்கு மேலும் கீழுமாக அலைகளினால் ஆடிக் கொண்டிருந்தது. நான் அந்த ஆட்டத்தினால் வயிறு குமட்ட வாந்தி எடுத்து விட்டேன். அப்போது ஒரு சீனியர் வந்து அய்ய்யோ வாந்தி எடுத்தி விட்டாயா? என்று கேட்டார். நான் தலையைக் கையில் பிடித்துக்கொண்டு ஆமாம் என்றேன் அவர் உடனே, அதையே பார்த்துக் கொண்டு அமர்ந்திருக்காதே. அதைச் சுத்தம் செய்துவிட்டு வந்து வேலையைப் பார் என்றார். அப்பொழுது தான் தெரிந்து

கொண்டேன். பட்டாளத்தில் இருப்பவர்களுக்கு உடல்நிலை சரியில்லாமல் போவதற்கு வாய்ப்பு கிடைப்பதில்லை என்று. பார்த்துக் கொள்வதற்கு மனிதர்கள் இருந்தால்தான் மனிதர்கள் உடல் நிலை தாழ்வடையும். ஆகையால் இதை ஒரு தத்துவமாக எடுத்துக் கொண்டேன். இதுதான் நான் முதலாவதாகக் கப்பலில் கற்றுக் கொண்ட பாடம்!

யூடியூபில் இந்த உரையைக் காண்பதற்கான QR கோட்:

⚓

INS Vikrant (R11); Laid down on the 14th October 1943; A Majestic-class aircraft carrier of the Indian Navy.

2. வணிகக் கப்பல்களில் என் அனுபவங்கள்

இதற்கு முந்தைய கட்டுரையில் கடற்படையில் சேர்ந்த அனுபவம், கப்பல்களில் எனது ஆரம்பகால அனுபவம் பற்றி விவரித்திருந்தேன். அதனுடன் தொடர்புடைய செய்தியைக் கூறிய பின்னர் வணிகக் கப்பல்களில் எனது அனுபவம் பற்றித் தொடரலாம்.

பங்களாதேஷ் போரின்போது மேற்குப்பகுதியில் என்ன நடந்தது என்று சற்று பார்ப்போம். மேற்குப்பகுதி மிகவும் அபாயகரமான நிலையில் இருந்தது. அப்பகுதியில் ஏவுகணை தொடுக்கும் இந்தியக் கப்பல்கள் (படகுகள்) இருந்தன. ஆனால் கிழக்குப்பகுதியில்தான் முதலில் போர் அறிவிக்கப்பட்டது. இதையறிந்தவுடன் மேற்கின் அபாயகரமான நிலைமையை அறிந்து இந்தியக் கடற்படையின் ஏவுகணைக் கப்பல்கள் (படகுகள்) மேற்குமுகாமிற்கு அனுப்பப்பட்டன. இவை மிகுந்த சக்தி வாய்ந்தவை; தமது ஏவுகணை மூலம் மிகவும் அதிக பாதிப்பை ஏற்படுத்தக்கூடியவை.

அப்படகுகள் மேற்குப் பகுதிக்குச் சென்று, அங்கு அப்போது போரில் ஈடுபட்டிருந்த மற்ற இந்தியக் கடற்படைக் கப்பல்களுடன் சேர்ந்து கொண்டு கராச்சி துறைமுகம், அங்கிருந்த கப்பல்கள் பிறவற்றையும் அழிக்கத்தொடங்கின. ஆனால் அச்சமயம் அமெரிக்க ஜனாதிபதியான நிக்ஸனும் அவரது ஆலோசகர் கிஸ்ஸிங்கரும், இந்தியாவுக்கு எதிராகவே செயல்பட்டுக் கொண்டிருந்தனர். அமெரிக்கக் கடற்படையின் நீர்மூழ்கிக்கப்பல்களில் (அமெரிக்கர்களால் பாகிஸ்தானுக்கு அனுப்பப்பட்டவை) ஒன்று அக்கடற்பகுதியில் இருந்தது. அமெரிக்கா இந்தியாவிற்கு எதிரானதாக இருந்ததால், ஆங்கர்

(Aankar) என்னும் உருதுப் பெயர் கொண்ட அந்த நீர்மூழ்கிக் கப்பல் இந்தியக் கடற்படைக்குச் சவாலாக இருந்தது. சிவாஜி கப்பலில் *(Indian Naval Ship)* எனக்கு முன்னதாகப் பயிற்சி பெற்ற கமாண்டர் ஊமன் என்பவர் அப்போது அங்கிருந்த இந்தியக் கடற்படையின் கப்பலான குக்ரியில் தலைமைப் பொறியாளர் பணியில் இருந்தார். கடற்படைத் தளபதி கமாண்டர் முல்லா தலைமையில் குக்ரி எனும் அக்கப்பல் கராச்சி நோக்கிப் சென்று கொண்டிருந்தது. அக்கப்பல் பாகிஸ்தானால் இனங்காணப்பட்டு ஆங்கர் நீர்மூழ்கிக் கப்பலால் *(Aangor)* (அமெரிக்காவால் பாகிஸ்தானுக்கு அளிக்கப்பட்டது) *athan* எனப்படும் நீர்மூழ்கிகுண்டால் *(Torpedos)* தாக்கப்பட்டது. அத்தாக்குதலில் குக்ரி சில நிமிடங்களில் கடலில் மூழ்கியது. கப்பலில் இருந்த முப்பது பேர் தப்பிவிட்டனர். ஆயினும் மற்றவர்கள் எல்லோரும் கப்பலோடு மூழ்கி இறந்தனர். கமாண்டர் ஊமனும் கடலிலேயே மாண்டு போனார். முன்னரே குறிப்பிட்ட அக்கப்பலின் தளபதி ஜகீந்தர் சிங் முல்லா என்பவர் தப்பிப்பதற்குத் தமக்குத் சாத்தியங்கள் இருந்தும் இந்தியத் தேசியக்கொடிக்கு வணக்கம் செலுத்தியபடி *(Saluting in traditional style)* கப்பலோடு கடலுள் மாய்ந்தார். இம்மாதிரி நடக்கும் என்று நான் கதைகளில் கேள்விப்பட்டிருந்தாலும் நான் இதைநேரில் காண்பேன் என்று கனவிலும் எண்ணவில்லை. அது வீரர்களின் தன்மானமும் நாட்டின் மீதுள்ள மரியாதையும் சார்ந்த ஓர் உன்னத நிகழ்வு.

திரைகடல் ஓடியும் திரவியம் தேடு - இந்த வாக்கியத்திலிருந்துதான் நான் கடலோடி என்கிற சொல்லை எனது முதல் நூலுக்காகப் பயன்படுத்தினேன். ஏனென்றால் கடலோடி என்பது திரவியம் தேடுவதற்கும் இருக்கலாம் அல்லது வேறு விசயத்துக்கும் இருக்கலாம். ஆனால் ஔவையார் இந்தப் பாடலை எனக்காகவே பாடியது போலத்தான் உணர்ந்தேன். நான் பத்து வருடங்கள் கடற்படையில் சேவை செய்து விட்டேன். அதனால் அதைவிட்டு வெளியே வரும்பொது கடற்படைக்கு இனிமேல் போகவேண்டிய நிலைமை வராது என்றுதான் எண்ணினேன். ஆகஸ்ட் 15, 1963. அதாவது சுதந்திரதினத்தில் தான் கடற்படையில் இருந்து எனக்கும் சுதந்திரம் கிடைத்தது. மும்பை விக்டோரியா முனையத்தில் *(V.T. station)* என்னை ஏற்றிவிடுவதற்குப் பலர் வந்திருந்தனர். அவர்களிடம் கடலோடிகள் பற்றி நான் படித்திருந்ததைச்

சொன்னேன். இப்பொழுதுகூட அந்நிகழ்வு என் கண்முன்னால் திரைப்படமாக ஓடுகிறது. அப்போது இனிமேல் எந்தக் கப்பலையும் பார்க்க மாட்டேன், கடலையும் பார்க்க மாட்டேன் என்றுதான் நினைத்தேன். என் நண்பன் ஒருவன் நீ தப்பாகச் சொல்கிறாய்! உன்னால் கடலை மறந்து இருக்க முடியாது, கப்பலையும் மறந்து இருக்க முடியாது. பார்த்துக் கொண்டே இரு! என்று சொன்னான். ரயில் கிளம்பியவுடன் ஏன் அவன் இப்படிச் சொன்னான் என்பதைப் புரிந்து கொண்டேன்.

பதினான்கு வருடங்களுக்குப் பிறகு கடல் தொழிலில் எனக்கிருந்த தொடர்பு அறுந்து விட்டது என நினைத்தேன். நிறைய கனவுகளுடன் - தண்ணீரை விட்டுத் தரையில் இனி வேலை செய்ய வேண்டும், எனது தகுதிக்கும் திறமைக்கும் அனுபவத்திற்கும் கப்பலை விட்டு வந்தாலும் உடனே வேலை கிடைத்துவிடும், கிடைக்காமலிருக்காது என்று நினைத்தேன். கடல் பொறியாளர், இயந்திரப் பொறியாளர் இன்னும் பத்து வருட அனுபமுள்ள பராமரிப்புப் பொறியாளர் என்பதால் வேலை உடனே கிடைத்துவிடும் என்று சொல்லியிருந்தார்கள். ஆனால் அன்றைய உண்மை நிலை வேறாக இருந்தது. வேலை கிடைப்பது குதிரைக் கொம்பாய் இருந்தது. பல இடங்களில் அலைந்தும் ஒரு நல்ல வேலையும் கிடைக்கவில்லை.

முதன் முதலில் என்னுடைய தாய்மாமனான சிட்டி சுந்தரராஜன் அவர்கள் என்னை ஸ்டாண்டர்டு மோட்டார்ஸ் தலைவரிடம் *(standard motors chairman)* அழைத்துச் சென்றார். அவர்கள் அப்பொழுது நான்கு சக்கர வாகனங்கள் *(car)* சென்னையில் தயாரிக்க ஆரம்பித்திருந்தார்கள். இந்தியாவின் டெட்ராய்ட், மெட்ராஸ் என்றே சொல்லலாம் *(Madras was then known as Detroit of India)*. அங்கு பராமரிப்புப் பொறியாளர் தேவை என்று சொன்னதால் நான் அங்கு சென்று அவரைப் பார்த்தேன். நிர்வாக இயக்குநர் சீனிவாசன் நேர்முகத் தேர்வுக்காகக் கூப்பிட்டிருந்தார். என்னைப் பார்த்ததும் உங்களைப் போன்ற பொறியாளர்கள் கிடைப்பது அரிது. கட்டாயம் நீங்கள் எங்கள் கம்பெனியில் சேரவேண்டும் என்றும் சொன்னார். அதனால் மிகவும் மகிழ்ச்சியடைந்தேன். என்னிடம் எவ்வளவு சம்பளம் எதிர்பார்க்கிறீர்கள்? என்று கேட்டார். நான் 450 ரூபாய் என்று சொன்னேன் அந்த நேரத்தில் மாதம் 450 ரூபாய் என்பது மிகப் பெரிய தொகை. கிடைக்கவும் கிடைக்காது.

நாங்கள் எங்கள் பொது மேலாளருக்கே அவ்வளவு சம்பளம் கொடுப்பது இல்லை என்றார். ரூபாய் 250 கொடுக்கின்றோம் என்றார். 250 ரூபாய்க்கெல்லாம் நான் வரமாட்டேன் என்று சொல்லிவிட்டு வெளியே வந்துவிட்டேன். திரும்பவும் நிறைய இடங்களுக்குச் சென்று முயற்சித்தேன். ஒன்றும் சரிவரவில்லை. ஒரு தனியார் நிறுவனத்திற்குச் சென்றபோது எனது அண்ணன் அங்கெல்லாம் உன்னால் வேலை செய்ய முடியாது. தனியார் நிறுவனத்தின் நிர்வாக இயக்குநர் வீட்டுத் திருமணம் என்றால் நீ பன்னீர் கூஜாவுடன் நிற்க வேண்டும். அந்த மாதிரிதான் தென்னிந்தியாவில் நடக்கும், என்று தெளிவாகச் சொன்னார்.

பொறியாளர் என்கிற தகுதியினால் ஏகப்பட்ட கனவுகள் கற்பனைகளோடிருந்த எனக்கு யதார்த்தம் புரிந்து இதுபோன்ற நிறுவனங்களுக்குச் செல்வதால் எந்தப்பயனும் இல்லை என்பதை அறிந்து இன்னும் அனைத்து நிலையிலும் முயற்சி செய்துவிட்டு ஒன்றும் கிடைக்காத நிலையில், கப்பலிலேயே சேர வேண்டிய நிர்ப்பந்தம் ஏற்பட்டது. ஏனெனில் நான் தகுதி வாய்ந்த கப்பல் பொறியாளர். மீண்டும் நான் கப்பல் பணிக்கு வந்தபோது ஜெயந்தி ஷிப்பிங் என்றொரு நிறுவனம் தொடங்கிய நேரம் அது. அவர்கள் தென்னிந்தியாவில் வேலைக்காகக் கப்பல் பொறியாளர்களைத் தேடிக் கொண்டிருந்தனர். நான் விக்ராந்த் கப்பல் பணியை விடுவதற்கு முன்பு ஜெயந்தி தர்மா, தேஜா விக்ராந்திற்கு வந்திருந்தார். அவர்தான் ஜெயந்தி ஷிப்பிங்கை ஆரம்பித்தவர். முன்னரே ஒருமுறை அவர் விக்ராந்த் வந்திருக்கையில் என்னிடம் நீங்கள் ஏன் பணியில் சேரக்கூடாது என்று கேட்டிருந்தார். ஆனால் அப்பொழுது நான் சேரவில்லை என்று சொல்லியிருந்தேன். அவர் கூப்பிட்டது எனக்கு இப்பொழுது நினைவிற்கு வந்தது. உடனே அவருக்கு ஒரு கடிதம் எழுதினேன். கல்கத்தாவிற்கு வரச் சொன்னார்கள். கல்கத்தாவிற்குச் சென்றபோது என்னை ஒரு கப்பலுக்குப் பொறியாளராகத் தேர்வு செய்து அனுப்பினர். அப்படி நான் அனுப்பப்பட்ட கப்பல் ஆரிய ஜெயந்தி என்னும் ஒரு லிபர்ட்டி கப்பல். அப்பொழுதுதான் கப்பல்களுக்குள் நிறைய வேறுபாடு உண்டு என்பது எனக்குத் தெரிந்தது. ஏனென்றல் இது ஒரு பழையகாலத்து வணிகக் கப்பல். அளவிலும் சிறியது. விக்ராந்த் கப்பல் மிகவும் அதிநவீனமானது மற்றும் புதிய வடிவமைப்புடன் கூடியது. இச்சிறிய கப்பலிலும் மூன்றாம் நிலைப் பொறியாளராகத்தான் சேர்ந்தேன் (3rd engineer). சம்பளம்

1200ரூபாய் கொடுப்போம் என்று சொன்னார்கள். 1963ஆம் ஆண்டில் 1200ரூபாய் என்பது மிகவும் அசாதாரணமானது. எனக்கு ஆச்சரியமாக இருந்தது.

எஸ் எஸ் ஆரிய ஜெயந்தி - A typical liberty vessel

நான் ஆரிய ஜெயந்தி என்கிற கப்பலில் முதலிலும் பிறகு கோவிந்த ஜெயந்தி என்கிற கப்பலிலும் பணியிலிருந்தேன் (1964). இந்த இரண்டுமே மிகப் பழைய கப்பல்கள்தான். அச்சமூட்டுகிற வகையிலானவை. கப்பல் ஓட்டுவதை விடப் பராமரிப்பில்தான் அதிக நேரம் செலவாகும். அப்பொழுது எனக்கு இலக்கியத்தில் அதிக ஆவல் இருந்தது. இலக்கிய நூல்கள் நிறைய வாசித்தேன். எங்கு சென்றாலும் புத்தகங்கள் வாங்கிப் படிக்கும் பழக்கம் இருந்தது. நான் அயர்லாந்தில் இருந்தபொழுது அங்கிருந்த எழுத்தாளர் கழகத்தில் (writers club) உறுப்பினராக இருந்தேன். நான் ஒரு கவிதை எழுதினேன். அது வெளியானது. நான் எழுதிய முதல் கவிதையே பெல்ஃபாஸ்ட் டெலிகிராம் (Belfast Telegraph) செய்தித்தாளில் வெளியானது ஆச்சிரியமானது. இப்போது அது என்னிடம் இல்லை. இதுபோன்று நிறைய ஆங்கிலத்தில் படிப்பேன். நாமும் எழுத முயற்சிக்கலாமா? என்று யோசித்தேன். நிறைய சிறுகதைகள் வாசிப்பேன். கோகால் (Gogal) என்பவர்தான் சிறுகதைகளின் தந்தை என்று சொல்லப்படுகிறார். அவர் எழுதிய ஓவர்கோட் (overcoat) கதையைப் பல முறை படித்திருப்பேன். அவருக்குப் பின்னால் வந்த எழுத்தாளர்கள்

எல்லாம் *we all came from under the overcoat of Gogal overcoat* என்று சொல்வார்கள். அவர் ஒரு உருஷிய எழுத்தாளர். அதற்குப் பிறகு ஃப்ரான்ஸ், ஐரோப்பிய நாடுகளின் சிறுகதைகள் பிரசித்தி வாய்ந்தவை. இங்கிலாந்தில் சிறுகதைகள் பிரபலமாக இல்லை. அமெரிக்காவில் சிறுகதைகளின் தொடக்ககாலம். சிறுகதை எப்படி எழுதுவது என்பது குறித்து நான் யோசித்துக் கொண்டிருந்தேன். லண்டனில் ஃபாய்லிப்ரா (Foilibra) என்கிற பெரிய பதிப்பகம் இருந்தது. நான் ஐந்து பவுண்டு பணம் கட்டி அதில் ஆயுள் உறுப்பினரானேன். அக்காலகட்டத்தில் ஐந்து பவுண்டு என்பது மிகப் பெரிய தொகை. அப்போது என்னைச் சக மாலுமிகள் ஏளனம் செய்தனர். ஆனால் இப்பொழுதும் கூட என்னால் அந்நூலகத்தைப் பயன்படுத்த முடியும்.

ஓவர்கோட் மாதிரியான கதைகள் தமிழில் நான் படித்ததில்லை ஆனாலும் நல்ல எழுத்தாளர்கள் இருந்தார்கள் என்று தெரியும். புதுமைபித்தன், ந. பிச்சமூர்த்தி, கு. ப. ராஜகோபாலன் போன்ற சிறந்த எழுத்தாளர்கள் இருந்தார்கள். ஆனால் அதிகம் படைக்கப்பட்டவை குடும்பக்கதைகள். அழுவது, கண்ணீர் சிந்துவது மாதிரியானவையே. அதனால் தமிழில் கதை எழுத ஆசிரியர்கள் இல்லை என்று நினைத்துக் கொண்டிருந்தேன். ஆனந்த விகடன் என்கிற பத்திரிக்கையில் நல்ல நல்ல சிறுகதைகள் வருகின்றன என்று எனக்கு நண்பர் ஒருவர் சொன்னார். முதலில் அதையெல்லாம் படிக்கமாட்டேன் என்று மறுத்து விட்டேன். இல்லை நீங்கள் படித்துப் பாருங்கள் என்று சொன்னார். அந்த உந்துதலால் படித்துப் பார்த்தேன். ஜெயகாந்தன் என்ற எழுத்தாளர் எழுதிய சில கதைகள் படித்தேன். எனக்கு ஆச்சரியமாக இருந்தது. அவருடைய ஒரு உயிலின் மரணம் என்கிற கதையை முதலில் படித்தேன். அது ஃப்ரெஞ்சு கதையைப் படித்தது போலிருந்தது. இவ்வளவு நன்றாகத் தமிழில் எழுதுகிறார்களே, நாமும் ஏன் எழுதக்கூடாது என்று தோன்றியது. அப்போது எனக்குத் தமிழ் கொஞ்சம்தான் எழுதப், படிக்கத் தெரியும். என்ன செய்வதென்று யோசித்தேன். கல்கத்தாவில் நான் இருந்த கப்பல் நிலக்கரி எடுத்துக்கொண்டு பல தென்னிந்திய, மேற்கிந்திய துறைமுகங்களுக்குப் போகும். முதல் கதையை எழுதினேன். அதை 15 பக்கங்களுக்கு ஆங்கிலத்தில் எழுதி **waning of the moon** என்ற சொற்றொடரைத் தமிழில் மொழிபெயர்த்து, கதைக்குத் **தேய்பிறை** என்று தலைப்பு கொடுத்தேன். அது

1964ஆம் வருடத்தில், முழு நீளத்தாளில் 13 பக்கங்கள் (கையால் எழுதியகதை) எழுதிய பிறகு யாருக்கு அனுப்புவது என்று யோசித்து என்னிடமிருந்த ஆனந்தவிகடன் புத்தகத்தை எடுத்து அதிலிருந்த முகவரியை எழுதிக் கல்கத்தாவிலிருந்து தபாலில் அனுப்பிவிட்டேன். அதை என் நண்பனிடம் சொன்ன போது அவர் என்ன கதை, என்ன தலைப்பு என்றெல்லாம் கேட்டார். தேய்பிறை என்றேன். போச்சு போ முதல் கதையே தேய்பிறையா? வளர்பிறை என்று எழுதக்கூடாதா? எடுத்தவுடனே தேய்பிறை என்கிறாய். இந்தக்கதை எழுதினதுக்கு உன்னை உதைக்கப் போகிறான் பார் என்றார்.

பிறகு அங்கிருந்து கப்பல் தூத்துக்குடி வந்து சேர்ந்தது. அங்கு நிறைய கடிதங்கள் வந்திருந்தன. அதில் ஒரு சின்ன கவர் ஆனந்த விகடனிலிருந்து வந்திருந்தது. இனிமேல் இப்படியெல்லாம் எழுதாதே என்று எச்சரிக்கை கொடுக்கப் போகிறார்கள் என்று நினைத்துப் பிரித்துப் பார்த்தால், உங்கள் கதையை முத்திரைக் கதையாகத் தேர்வு செய்திருக்கிறோம் என்று எழுதி இருந்தது. பாலசுப்பிரமணியம் என்ற கையொப்பம் போட்டிருந்தது. எனக்கு ஆச்சரியமாக இருந்தது. எனது முதல் முயற்சி, முதல் கதையே முத்திரைக் கதையாக வந்திருந்தது. திருப்பூர் கிருஷ்ணன் அடிக்கடி சொல்வார். முதல் கதையே முத்திரைக் கதையாக வந்தது மூன்று பேருக்குத்தான். ஜெயகாந்தன் முதல் - இரண்டாவது நான் - மூன்றாவது தான் இந்திரா பார்த்தசாரதி. ஏனெனில் நான் எழுதியது செப்டம்பர் 1964. இந்திரா பார்த்தசாரதியுடைய முதல் கதை வந்தது அக்டோபர் 1964.

தேய்பிறை வெளிவந்ததும் எனக்கு ஒரு தைரியம் உண்டாயிற்று. அடுத்த கதையையும் எழுதினேன். **அது முடிவல்ல (Death is not the end)** என்கிற கதை. அது நிஜக்கதை. ஒரு பெண் குழந்தை பிறக்கும்போதே சில காரணங்களால் மூளை வளர்ச்சிக் குறைவுடன் பிறக்கிறது. அதனால் வளர்ச்சியற்றிருக்கிறது. அந்தக் குழந்தை பிறந்து இப்படி வளர்வது எதற்காக? என்று ஆராய்வது போன்று தத்துவக்கதையாக எழுதினேன். அக்காலகட்டத்தில் சின்மயானந்தாவின் பகவத்கீதை சொற்பொழிவினை மிகவும் ஆர்வமாகக் கேட்பேன். 13ஆவது அதிகாரம் நடந்து கொண்டிருந்தது. அதை முழுவதுமாகக் கேட்டுக்கொண்டே இருப்பேன். அதில் ஒரு வார்த்தை வரும். இப்படித்தான் நடக்கும் - அப்படித்தான் நடக்கும் என்று. அதையே தலைப்பாகக் கொண்டு

ஆனந்த விகடனுக்கு ஒரு கதையை எழுதி அனுப்பினேன். ஆனால் அக்குழந்தை ஒன்பது மாதத்தில் இறந்துவிடுகிறது. இது எப்படி? என்று ஒரு கேள்வி. இறப்பு என்பது முடிவு அல்ல என்று முடித்திருந்தேன். அதையும் கல்கத்தாவிலிருந்துதான் அப்படியே அனுப்பினேன். அக்கதையும் முத்திரைக் கதையாக வெளிவந்தது. பின்னர் இதேபோல் 7 முத்திரைக் கதைகள் வந்தன. அதனால் எனக்கு மிக்க மகிழ்ச்சி உண்டாயிற்று. அதுவே இலக்கியத் தேடலாகி நிறைய படிக்க ஆரம்பித்தேன்.

அப்பொழுது எனக்குக் கப்பல் மேல் ஒருவகை வெறுப்பு இருந்தது. ஏனென்றால் எல்லாரும் பணம் பணம் என்று சுற்றிக் கொண்டிருந்தார்கள். அதாவது எங்கு சென்றாலும் ஒரு மனிதனின் சம்பளத்தை வைத்துத்தான் அவனுக்குச் சமூக அங்கீகாரம் இருந்தது. ஒருநாள் எனக்கும் கப்பலின் இரண்டாவது இஞ்சினீயருக்கும் சண்டை வந்தது. சண்டையில் எனக்குக் கோபம் உண்டாகி அவரை விரட்டிக் கொண்டு ஓடினேன். ஒரு கட்டத்தில் நான் நிறுத்தப்பட்டபோது எனக்கு வெட்கமுண்டாயிற்று. நிறுவனத்திடம் தொலைபேசியில் நான் கப்பல் பணியை விட்டு விட்டதாகச் சொல்லிவிட்டு சென்னை செல்லும் ரயிலில் முதல் வகுப்பில் மதுரைக்குச் சீட்டு எடுத்து அமர்ந்தேன். ரயில் தெற்கு நோக்கிக் கிளம்பியது. வழியில் இப்போது விசாகப்பட்டினம் என்று சொல்லப்படுகிற வால்டேர் (*Waltair*) என்கிற இடத்தில் ரயில் நின்றுவிட்டது. பின் அது நகரவே இல்லை. கேட்டபோது எஞ்சின் பழுதாகி விட்டதெனவும், மற்றொரு எஞ்சின் விஜயவாடாவிலிருந்து வரவேண்டும் எனவும் அதற்கு ஐந்து மணி நேரம் ஆகிவிடும் என்றும் சொன்னார்கள். அதுவரை உயர்வகுப்புப் பயணிகள் அனைவரும் அவர்களுக்கான காத்திருப்பு அறையில் ஓய்வெடுக்கலாம் என்றும் அறிவித்தனர். நானும் அவ்வறையில் சென்று அமர்ந்திருந்தேன். இந்தியன் ரயில்வேயிலிருந்து சாதாரன கட்டணத்துடன் கூடிய உணவு வழங்கப்படும் என்றார்கள்.

காத்திருப்பு அறையில் அமர்ந்திருந்தபோது எனக்கு ஒரு எண்ணம் தோன்றியது. விசாகப்பட்டினம் (*Vizag*) துறைமுகத்திற்குப் பொறியாளர் தேவை என்று விளம்பரம் கொடுத்திருந்ததாக யாரோ சொன்னது நினைவிற்கு வந்தது. அப்பொழுது டயல் செய்யக்கூடிய தொலைபேசி கிடையாது. பேச வேண்டிய எண்ணைச் சொன்னால் இணைப்பு கொடுப்பார்கள். நான் அந்த நிலையத்திலிருந்தே துறைமுகத் தலைவரிடம் (*chairman of port)* பேச விரும்பினேன். ஆனால், அவருடைய தனி உதவியாளர் விவரம் கூறுங்கள், அவரிடம் பேசமுடியாது என்றார். என்னுடைய வேலை சம்பந்தமாகப் பேச வேண்டுமென்று சொல்ல அவரும் வேலை கேட்பதற்கு இது சரியான முறையல்ல என்றார். நீ எனக்கு அறிவுரை சொல்ல வேண்டாம், யாரிடம் பேசவேண்டும் என்பதை மட்டும் சொன்னால் போதும் என்றதும் அவர் தலைமை இயந்திரப் பொறியாளருக்கு இணைப்பு கொடுத்தார்.

டி லைமா *(Alfred William de Lima)* என்பவர் அங்கு தலைமைப் பொறியாளராகப் பணியிலிருந்தார். அவர் ஒரு ஆங்கிலோ இந்தியன். மிகவும் கண்டிப்பானவர். எப்போதும் சத்தம்தான் போடுவார். எனக்கு வேலை வேண்டுமென்று நான் அவரிடம் மெதுவாகக் கேட்டேன். அவரும் வேலை கேட்பதற்கான சரியான முறை இதுதானா? என்று கேட்டார். நானும் நிதானமிழந்து கோபத்துடன், ஒரு நல்ல பொறியாளர் வேண்டுமென்றால் என்னை வேலைக்கு அமர்த்திக் கொள்ளுங்கள். இல்லையெனில் மிக நல்லதொரு பொறியாளரை நீங்கள் இழந்துவிடுவீர்கள் என்று சொன்னேன். அப்போது அவருக்கு என்ன தோன்றிற்றோ தெரியவில்லை. இல்லையில்லை கவலை வேண்டாம். நாளைக்குக் காலையில் நேர்முகத் தேர்வுக்கு வாருங்கள் என்றார். நான் சொன்னேன். நான் மெட்ராஸிற்குப் பயணமாகிறேன். எனக்கு இரண்டு மணி நேரம் தான் உள்ளது என்றேன். அச்சமயம் துறைமுகம் இந்தியன் ரயில்வேயின் கீழிருந்தது. அவர் சொன்னார், ஒன்றும் பிரச்சினை இல்லை. துறைமுகம் என்று சொன்னால் அவர்கள் ஒத்துக்கொள்வார்கள், மற்றும் பயணச்சீட்டுக்குப் பின்னால் பயணம் பாதியில் நின்றதாக எழுதுவார்கள் என்றார். டி. டி. இ. *(TTE)* யிடம் டிக்கட் பின்புறம் எழுதிக் கொடுக்கச் சொல்லுங்கள். மூன்று நாட்கள் வரை அது செல்லும் என்றார். இப்படித்தான் நான் விசாகபட்டினத்துத் துறைமுகப் பணியில் சேர்ந்தேன்.

விசாகப்பட்டினத் துறைமுகத்தில் எனக்கு ஒரு சிக்கல் இருந்தது. நான் கப்பலில் வேலை செய்தபோது எல்லாமே நீராவி என்ஜின்தான் *(steam engines)*. ஆகையால் எனது தகுதியை மேம்படுத்திக் கொள்ள நான் டீசல் எஞ்சின் பயன்படுத்தும் கப்பலில் ஒன்பது மாதங்கள் பணி புரிய வேண்டும். அந்த அனுபவம் இருந்தால் தான் முழுமையான மெரீன் இஞ்சினீயராக முடியும். அந்த அனுபவம் இருந்தால்தான் தேர்வுக்குச்

செல்லமுடியும். அதைப் பயனுள்ள தேர்வாக நான் கருதியதால் அத்தேர்வெழுதி என்னைத் தகுதிப்படுத்திக் கொள்ள அனுமதி கேட்டேன். நீங்கள் ஏற்கனவே பொதுப் பணித் தேர்வு (UPC) மூலம் தேர்வு செய்யப்பட்டிருக்கிறீர்கள். தேர்வு எழுத விடுமுறை வேண்டுமானால் மத்திய அரசாங்கத்திடமிருந்து அனுமதி பெறவேண்டும் என்று சொன்னார்கள். நான் அரசாங்கத்திற்கு விண்ணப்பம் செய்தேன். அரசாங்கம் எனக்கு 1 வருடம் 3 மாதங்கள் சம்பளமில்லாத விடுப்பு தந்தது.

பிறகு சென்னை செல்வம் என்ற ஒரு வணிகக் கப்பலில் சேர்ந்தேன். அது 40,000 டன் கொள்ளளவும், 10,000 குதிரை ஆற்றலும் கொண்டது. நான் மிகவும் மகிழ்ந்தேன். அந்த எஞ்ஜினின் ஒவ்வொரு பிஸ்டனும் (piston) 2 அடி விட்டம் மற்றும் ஸ்ட்ரோக் (stroke) 4 அடி. இப்படியானதொரு கப்பலில் நான் மகிழ்ச்சியாகச் சேர்ந்தேன். இதில் வேடிக்கை என்னவென்றால் இதுதான் எனக்குக் கடைசிக்கப்பல். எங்கள் குடும்பத்திற்கும் கடலுக்கும் தொடர்புண்டு. அந்தக் கப்பல் ஜெர்மனி பிரேமனில் (Bremen) கட்டப்பட்டது. நான் பணியில்

நான் இறுதியாகப் பணியாற்றிய வணிகக் கப்பல்
சென்னை செல்வம் (Chennai Selvam)

சேரும்போது அக்கப்பல் கட்டப்பட்டு இரண்டு வருடங்கள்தான் ஆகியிருந்தன. அதில் வேடிக்கை என்னவென்றால் என்னுடைய கடைசிக்கப்பல் எனது மகன் ரமேஷ்க்கு முதல் கப்பலாயிற்று

அதாவது பதினான்கு வருடங்கள் இடைவெளியில் அவர் தற்போது கப்பல் கேப்டனாக ஒரு ஜெர்மானிய கம்பெனியில் பணியாற்றி வருகிறார்.

பெல்ஜியம் மற்றும் ஹாலந்து ஆகிய இரண்டிற்குமிடையில் செல்செட் (zelzate) என்ற பெல்ஜிய நாட்டுத் துறைமுகம் நாட்டின் உட்புறமாக உள்ளது. இத்துறைமுகத்திற்கு ஒரு ஆற்றின் வழியாகச் செல்லவேண்டும். இத்துறைமுகத்திற்குத்தான் முதலில் கப்பலில் சரக்கு ஏற்றிக்கொண்டு நாங்கள் சென்றோம். அதாவது கோவாவிலிருந்து 40,000 டன் இரும்புத்தாதுவை (iron ore) எடுத்துச் சென்று செல்செட்டிலுள்ள ஒரு இரும்பு ஆலையில் சேர்க்க வேண்டும். 38 நாட்கள் கப்பல் பயணத்திற்குப் பிறகு அங்கு சென்று சேர்ந்தோம். அப்பொழுது சூயஸ் கால்வாய் மூடப்பட்டிருந்ததாலும் நாங்கள் தென் ஆப்பிரிக்காவைச் சுற்றிக் கொண்டு செல்ல வேண்டியிருந்ததாலும் பயண நாட்கள் அதிகமாயின. சூயஸ் அப்பொழுது அரசியல் விவகாரங்களால் மூடப்பட்டிருந்தது. பெல்ஜியம் - ஹாலந்து ஆகிய இரு நாட்டு மக்களும் நேருக்கு நேர் பார்த்துக் கொள்ளக்கூட மாட்டார்கள். அந்த அளவிற்கு அவர்கள் தொடர்பு மோசமாக இருந்தது.

செல்செட்டில் எனக்கு ஏற்பட்ட இரண்டு அனுபவங்கள் மிகவும் முக்கியமானவை. அவற்றை இங்கே பகிர்ந்து கொள்கிறேன். எங்கள் கப்பல்தான் செல்செட் துறைமுகம் சென்ற முதல் பெரிய கப்பல். அதனால் துறைமுகத் தலைவர் கப்பல் கட்டப்படுவதை மேற்பார்வையிட வந்தார். கப்பல் துறைமுகத்தை நோக்கி நகர்ந்து கொண்டிருந்தது. பெர்த் அருகில் சென்றபோது எங்களுக்கு முன்னரே அங்கு காகித உருளைகளை (paper roll) ஏற்றிக் கொண்டு ஒரு கப்பல் நின்றிருந்தது. அதனால் நாங்கள் அக்கப்பலுக்கு மிக அருகில் போகவேண்டியதாயிற்று. அதனால் எங்கள் கப்பலின் தலைவர் சற்றே பயந்து விட்டார். எங்கள் கப்பல் அதை இடித்து விடுமோ என்ற அச்சத்தில் வலது கை நங்கூரத்தைக் கடலில் பாய்ச்ச உத்தரவிட்டார். அதே நேரத்தில் அத்துறைமுகத் தலைவர் எங்களது பெரிய கப்பலைப் பார்வையிட ஒரு சிறிய படகில் துறைமுகத்திலிருந்து கப்பலின் வலப்புறமாகச் சுற்றி வந்து கொண்டிருந்தார். சரியாக அவர் கப்பலின் வலப்புற முனையில் இருக்கையில் நங்கூரம் பாய்ச்சப்பட்டது. அந்த 2 டன் எடையுள்ள இரும்பு நங்கூரம் அப்படகில் முதலில் பாய, அப்படகு அதில் இருந்த அத்தலைவர் மற்றும் ஒரு தொழிலாளியுடன் கடலுக்குள்

சென்று ஆழமான அவ்விடத்தில் புதைப்பட்டது. இது சர்வதேச அளவிலான பிரச்சனை என்பதால் இண்டர்போல் அதிகாரிகள் உடனே விசாரணைக்கு வந்தனர். இச்சம்பவம் எனது மனதை மிகுந்த வேதனைக்குள்ளாக்கியது.

பிறகு இதையே மையமாக வைத்து ஒரு சிறுகதை ஆனந்த விகடனில் எழுதியிருக்கிறேன். முழுக்கனத்துடன் சென்ற எங்கள் கப்பலை ஒரு நிறைமாத கர்ப்பிணி என்று எழுதியிருந்தேன். நிறைமாத கர்ப்பிணி பிரசவத்திற்காகப் போகின்றாள். அதற்காக ஒரு பலியிட வேண்டியுள்ளது! என்ற கோணத்தில் எழுதியிருந்தேன்.

நாங்கள் அங்கிருக்கையில் ஒரு சிறிய வாடகைக் காரில் கெண்ட் என்னும் ஊருக்குப் பொழுது போக்கிற்காகப் போனோம். செல்செட் மிகச் சிறிய நகரம். வாடகை வண்டி ஓட்டுநர் எங்களை நன்றாக ஏமாற்றிவிட்டான். 20 கில்டர்ஸ் (பணம்) வாங்க வேண்டிய இடத்தில் 60 கில்டர்ஸ் வாங்கிவிட்டான். எல்லோரும் எங்களைப் பார்த்துச் சிரித்தார்கள். அதைப்பற்றியும் நான் ஒரு கதை எழுதி இருக்கிறேன். எப்படியோ திரும்பி வந்துவிட்டேன்.

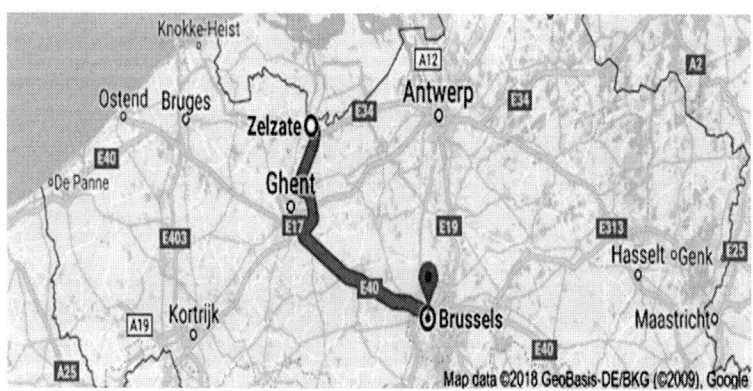

அங்கு முக்கியமாகக் கருதப்படும் சிறுநீர் கழிக்கும் சிறுவன் (Manneken Pis) வெண்கலச்சிலையின் மாதிரியை அங்கு பார்த்தேன். அச்சிலை பிரஸ்ஸில் (Brussels) நகரத்தில் உள்ளது. கடலோடியில் அது பற்றி எழுதியிருப்பது எனக்கு நினைவிற்கு வருகிறது. ஏர் இந்தியா முதல் தடவையாக பம்பாய் - பிரச்சல்ஸ்(பெல்ஜியம்) விமான சேவை தொடங்கிய போது ஏர் இந்தியா மகாராஜா ஒரு குடையை வைத்துக்கொண்டு - அந்தச் சிறுநீர் கழிக்கும் பையனின் கீழ் குடை வைத்துக் கொண்டு நிற்பது போல விளம்பரம் செய்தது. நம் அரசியல்வாதிகளுக்கு நகைச்சுவை

உணர்வு என்பதே கிடையாது. அது இந்தியாவிற்கு மிகப்பெரிய அவமதிப்பு என்று எழுதிப் பெரிது பண்ணிவிட்டார்கள். மறுநாள் ஏர் இந்தியா விளம்பர நிறுவனம் அதே படத்தை மாற்றி, மகாராஜா ஒரு துண்டை அப்பையனின் இடுப்பைச் சுற்றிக் கட்டிக்கொண்டிருப்பதாக மாற்றியது. கெண்டில் நானி கா துகான் என்ற ஒரு வட இந்தியக்கடை கூட இருந்தது.

செல்செட்டிலிருந்து எங்களது சரக்குக் கப்பல் சென்னை செல்வம், மெக்சிகன் குடாவிலுள்ள கால்வெஸ்டன் (*Galveston*) என்ற துறைமுகத்தை அடைந்தது. அந்தத் துறைமுகம் இப்போது இல்லை. பத்து வருடங்களுக்கு முன்பு ஏற்பட்ட பெரிய சூறாவளியில் முழுவதுமாகக் காணாமல் போனது. அங்கிருந்து நாங்கள் இருமுறை ஹாலந்திற்கு சோயாபீன்ஸ் தானியத்தை ஏற்றிக் கொண்டு சென்றோம்.

பெல்ஜியத்தில் நான் இருக்கும்போது ஓஷன் ட்ரேடிங்க் (*Ocean Trading*) என்ற கம்பெனி மூலமாக ஒரு குளிர்சாதனப் பெட்டி (*Philips fridge*) வாங்க ஆர்டர் கொடுத்திருந்தேன். முன்பணமாக அதன் விலையையும் அனுப்பிவிட்டேன். அதைக் கொடுப்பதற்காக ஒருவர் வந்தார். அது ஹாலந்தில் தயாரிக்கப்பட்டது. ஆகையால் பெல்ஜியம் சுங்கத்துறையினர் டச்சு கப்பலுக்குச் சொந்தமானவற்றைக் கப்பலுக்குள் அனுமதிக்க முடியாது என்று மறுத்துவிட்டனர். கவலைப்பட்ட எனக்கு அதைக் கொண்டு வந்தவர் சொன்னார். இங்கிருந்து நீங்கள் ஆற்றின் வழியாகப் போகும்போது ஹாலந்து பகுதியில் ஓரிடத்தில் நான் இப்பெட்டியை வைத்துக்கொண்டு தனியாக நிற்கிறேன். அங்கு அரை மணி நேரம் கப்பல் நிற்கும். அந்த நேரத்தில் நான் ஏற்றிவிடுகிறேன். நீங்கள் சுமை தூக்கியை (*crane*) மட்டும் தயாராக வைத்துக்கொண்டு இருங்கள் என்றார். சரியாக அவர் அங்கு அப்பெட்டியை ஏற்றிவிட்டார். ஏன் இதைச் சொல்கிறேன் என்றால் பெல்ஜியத்திற்கும் ஹாலந்திற்கும் அவ்வளவு விரோதம். அவர்கள் அந்தக் குளிர் சாதனப் பெட்டியைக் கூட அனுமதிக்கவில்லை.

பின்னர் நாங்கள் மெக்சிகன் கல்ஃப் (*Gulf of Mexico*) கால்வெஸ்டன் துறைமுகத்திலிருந்து 40000 டன் கோதுமையை ஏற்றிக்கொண்டு தென்னாப்பிரிக்கா கடலைச் சுற்றிக்கொண்டே இந்தியா திரும்பினோம். அதுவே எனது கடைசிக் கப்பல்

நரசய்யா

பயணம். அப்பொழுது இந்தியாவில் உணவுத் தேவை அதிகமாக இருந்தது (1969). பொதுவாக இப்பயணத்திற்கு 40 நாட்கள் பிடிக்கும். இப்பயணத்தில் நாங்கள் தென்னாப்பிரிக்காவிற்கு அருகில் வரும்போது நான் எனது பணிநேரத்தில் (Shift) மிகப் பெரிய சத்தமும் அதைத் தொடர்ந்து இயந்திர அறை முழுவதும் புகை பரவுதலையும் கண்டேன். என்னால் மூச்சுக்கூட விட முடியவில்லை. நான் இயந்திரத்தை நிறுத்திவிட்டு வேகமாக மேலே வந்துவிட்டேன். சத்தம் கேட்டதால் எல்லாரும் வந்தார்கள். பிறகு புகை குறைந்தவுடன் காரணத்தைக் கண்டறிந்தோம். முதலாம் உருளையின் பிஸ்டன் வளையம் உடைந்திருந்தது. நாங்கள் அவ்வளையத்தை மாற்ற வேண்டும். பிஸ்டன் அளவு நான் முன்னரே சொன்னது போல் சுமார் 800 செ.மீ அதாவது 3 அடிக்கும் அதிகம். அதை மேலே எடுத்து அவற்றை மாற்ற வேண்டும். சாதாரணமாகத் துறைமுகத்தில் இருந்தால் இது அரை நாள் வேலை மட்டுமே. ஆனால் நாங்கள்

கொந்தளிக்கும் கடலில் தென் ஆப்பிரிக்காவின் தென் பகுதியில் இருந்தோம். கப்பலில் அந்த பிஸ்டன் எடை 1.5 டன்னாகும். கப்பலோ நிலையாக இல்லை. ஆட்கள் நிறையபேர் சேர்ந்தும் கூட அதைத் திறக்க முடியவில்லை. நாங்கள் அன்றைக்கு இரவு 12 மணிக்குத் தொடங்கி தொடர்ந்து மூன்று நாட்கள் வேலை செய்து மூன்றாம் நாள் காலையில் அப்பணியை முடித்தோம். கப்பல் கடலில் 100 மைல்கள் தெற்குப்பக்கமாகச் சென்று விட்டது. ஆகையால் நாங்கள் 53 நாட்களுக்குப் பின்னர்தான் சென்னை வந்து சேர முடிந்தது.

ஓய்வில்லாமல் தொடர்ந்து வேலை செய்து 53ஆவது நாள் காலையில் வந்தபோது அதற்காக நான் அவ்வளவாக

வருத்தப்படவில்லை. வருத்தப்பட்ட நேரம் எப்பொழுது என்றால் கால்வெஸ்டனில் கோதுமையைக் கொஞ்சம் கூடச் சிந்தாமல் கவனமாக ஏற்றினார்கள். ஆனால் கப்பல் மெட்ராஸ் வந்தவுடன் கோதுமையை இறக்கியவர்கள் பொறுப்பின்றிப் பாதியைக் கடலில் சிந்தினார்கள். நான் போய் அந்த அலுவலரிடம் கசிவினால் பாதி கோதுமை வீணாகிறதே, நீங்கள் நடவடிக்கை எடுக்க மாட்டீர்களா என்று கேட்டேன். அதற்கு அவர் 10% வரைக் கழிவு அனுமதிக்கப்படுகிறது என்றார்! எவ்வளவு பொறுப்பில்லாத்தனம் என்பதை எண்ணி வருந்தலானேன்.

இங்கு ஏற்கனவே உணவுப் பற்றாக்குறை. அப்படியிருக்கும்போது சற்றும் வீணாகாமல் பொருட்களை எடுத்துச் செல்ல வேண்டும். ஆனால் இங்கு அனைத்தையும் வீணாக்குகிறார்கள். இதையெல்லாம் பார்த்து நான் ஏமாற்றமடைந்தேன். முதலில் இந்தியக் கடற்படையில் இருந்தபோது ஒருவருக்கொருவர் சகோதரர் போல பாவித்து வேலை செய்தோம். வணிகக்கப்பலில் அது இல்லை என்று உணர்ந்தேன். இந்தியக் கடற்படையில் அதிக சம்பளம் கிடையாது. ஆனால் நாங்கள் எல்லா வகையிலும் மகிழ்ச்சியாக இருந்தோம். ஆனால் வணிகக்கப்பலில் அதிக சம்பளம் இருந்தது. மகிழ்ச்சி இல்லை. அவர்கள் எப்பொழுதும் பணத்தின் மீது மட்டுமே ஆர்வமாக இருந்தார்கள். மற்றவர்களின் நலனைப் பற்றிக் கவலைப்படவில்லை. அதனால் இந்தியக் கடற்படை மற்றும் வணிகக்கப்பல் குறித்த இருவிதமான கருத்துக்களும் எனக்கு உண்டு. நான் திரும்பி வரும்போது என்னை மேம்பட்ட தகுதியுள்ளவனாக்கிக் கொண்டேன். தேர்விலும் தேர்ச்சி பெற்றுப் பணி உயர்வும் கிடைக்கப் பெற்றேன். இதுதான் வணிகக்கப்பலுடன் கூடிய என்னுடைய கதை.

கலந்துரையாடல்:

கேள்வி: ஐயா கடலில் இருக்கும் பொழுது குடும்பத்துடன் தொடர்பில் இருக்க முடியாது. ஏனென்றால் இன்றைய காலத்தில் தொழில் நுட்ப வளர்ச்சி இருப்பது போல் அப்பொழுது இல்லை. மேலும் பொழுதுபோக்கிற்காக நீங்கள் கப்பலில் என்ன செய்தீர்கள்? உளவியல் ரீதியிலான பிரச்சனைகளையும் எவ்வாறு சரி செய்தீர்கள்?

பதில்: முதல் முறை செல்லும் பொழுது எனக்கு உளவியல் ரீதியிலான அழுத்தம் (psychological stress) ஏதுமில்லை. ஆனால் இரண்டாம் முறை நான் செல்லும் பொழுது எனக்குத் திருமணம் முடிந்து ஒரு குழந்தையும் இருந்தது. எனது குடும்பத்தினர் என்னைப் பற்றி மிகவும் கவலைப்பட்டார்கள். ஏனென்றால் நான் கப்பலில் இருக்கும் பொழுது புயல் ஒன்று ஏற்பட்டதாக வானொலியில் ஒளிபரப்பப்பட்டது. அதில் ஒரு கப்பல் கடலில் சிக்கிக்கொண்ட செய்தியையும் ஒளிபரப்பினார்கள். அதனால் எனது குடும்பத்தினர் மிகுந்த பயத்திற்கு உள்ளானார்கள். இப்பொழுது இருப்பதைப் போன்று தகவல் தொடர்புச் சாதனம் அப்பொழுது இல்லை. அதனால் கடலில் இருக்கும் பொழுது குடும்பத்தினரைத் தொடர்பு கொண்டு பேசுவது அப்பொழுது இயலாத காரியம்.

கேள்வி: விசாகப்பட்டினத்தில் இருந்தபொழுது உங்களுக்குக் கிடைத்த இனிமையான அனுபவம் பற்றிக் கூறுங்கள்.

பதில்: அங்கு தென்னிந்தியக் கழகம் (South Indian association) செயல்பட்டுக் கொண்டிருந்தது. அங்கு நிறைய விழாக்கள் நடைபெற்றன. விசாகப்பட்டினத்தில் மிக மிகச் சிறந்த அனுபவம் என்னவென்றால், எனக்குக் கடல் மிகவும் பிடிக்கும். ஞாயிற்றுக்கிழமை அதிகாலை கடலுக்குச் செல்வேன். என் குடும்பத்தினரும் அங்கு வருவார்கள். அன்று நாங்கள் மிகவும் மகிழ்வுடன் கடலில் சில மணி நேரம் நீந்தி மகிழ்ந்து விட்டு மாலையில் வீடு திரும்புவோம். கடலில் குளிப்பது எனக்கு மிகவும் பிடித்த பொழுது போக்கு. விசாகப்பட்டினத்தில் நிறைய இனிய அனுபவங்கள் கிடைத்திருக்கின்றன.

யூடியூபில் இந்த உரையைக் காண்பதற்கான QR கோட்:

☙ ❀ ❧

விக்ராந்த் கப்பலில்   ஐ என் எஸ் விக்ராந்தின் சின்னம்

லண்டனில் இருந்தபோது 1960

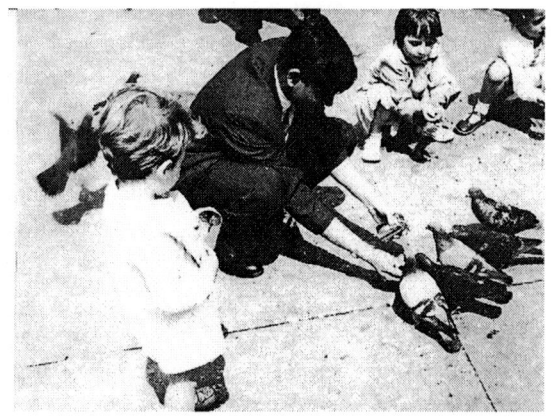

விக்ராந்தில் விமானங்களைப் பறக்க விடுவது

3. கடலோடியின் கம்போடியா நினைவுகள்

துறைமுகப் பணியில் இருந்து 1991ஆம் ஆண்டில் ஓய்வு பெற்றபோது என்னை எல்லோரும் ஒரு பயிற்சியாளர் என்றுதான் அறிந்திருந்தனர். ஏனெனில் எல்லா இடங்களிலும் பயிற்சியாளராகத்தான் பணியில் இருந்தேன். ஆகையால் அதன் விளைவாக யுனைட்டட் நேஷன் *UNCTAD (United Nations Conference on Trade and Development)* நிறுவனத்தில் என்னை ஒரு பயிற்சியாளராகத்தான் பதிவு செய்திருந்தேன். அதனால் அதை அடிப்படையாக வைத்து எனக்கு இந்தியக் கடல்சார் பல்கலைக்கழகத்திற்கு *(Indian Maritime University)* இயக்குநராக நியமனம் கிடைத்தது (இப்போது துணைவேந்தர் - *vice-chancellor* போன்று அப்போது இயக்குநர்). ஆனால் நடந்தது என்னவெனில் அப்போதிருந்த ஒரு மத்திய அமைச்சர் நான் பணிநிறைவு பெறுவதற்குச் சரியாக மூன்று மாதங்கள் இருக்கும்போது தனது விருப்பத்தின்படி என்னைச் செயல்படச் சொன்னார். அது மிகவும் தவறான ஒரு செயல். அதாவது ஒப்பந்தம் ஒன்றை மாற்றச் சொன்னார். நான் மறுத்ததோடு செய்யமுடியாது என்றும் சொல்லிவிட்டேன். நிறைய அழுத்தம் கொடுத்தார்கள். ஆனாலும் நான் அதையெல்லாம் பொருட்படுத்தவில்லை. என் நியமனத்தையே அவர் நிறுத்தி விட்டார். ஆனால் நானோ எனது உடமைகளுடன் அன்றைய மெட்ராஸ்க்கு வந்துவிட்டேன்.

எனக்குச் சொந்த வீடும் அப்போது கிடையாது. வாடகை வீடுதான். வாடகை கொடுப்பதற்குக் கூடப் பணம் கிடையாது. எந்த வருமானமும் இல்லை. ஓய்வூதியமும் மிகக் குறைவு. அப்போது என்ன செய்வதெனத் தெரியாது திகைத்துக் கொண்டிருந்தேன். அதிருஷ்டவசமாக ஐ.எம்.யு. *(IMU)* வில்

துணைவேந்தராக நியமிக்கப்பட்டிருந்த ஒரு ஐ.ஏ.எஸ் அதிகாரி ஏற்கனவே அவருக்குத் தலைமைச் செயலகத்தில் இருந்து வந்திருந்த செய்தியின்படி, என்னை ஒரு ஆலோசகராக வைத்துக் கொள்ளச் சொல்லித் தீர்மானம் செய்து கொண்டதாகத் தெரிவித்தார். ஆகையால் நான் அங்கு பணிபுரியலாம் என்றார். இதற்கிடையில் UNCTAD ஆஸ்திரேலியாவின் வடக்கில் உள்ள வானுவாட்டு (Vanuatu) என்ற தீவில் உள்ள யுனைட்டட் நேஷன்ஸுடைய ஒரு பெரிய கடல்சார் நிறுவனத்திற்கு (Marine Institute) என்னை இயக்குநராக நியமித்தனர். நேரடியாக ஐக்கிய நாடுகள் (United Nations) அலுவலகத்திலிருந்து நியமன உத்தரவு அனுப்பிவிட்டார்கள். ஆகையால் எனக்கு மிகவும் மகிழ்ச்சியாக இருந்தது. எனக்கு அது மகிழ்ச்சியாக இருந்தாலும் அதில் ஒரு பிரச்சனை இருந்தது. குடும்பத்துடன் அங்கு செல்ல முடியாது. ஆகையால் என்ன செய்வது என்று குழப்பத்திலிருந்தேன். ஏனெனில் எனது இரண்டு பிள்ளைகளும் கல்லூரியில் படித்துக் கொண்டிருந்தார்கள்.

குழப்பத்துடன் யோசனை செய்து கொண்டிருந்தபோது ஒரு மாலை நேரத்தில் வீட்டில் இருக்கும்போது ஒரு தொலைபேசி அழைப்பு வந்தது. எனது மனைவி எவரோ வெளிநாட்டவர் பேசுகிறார் என்னவென்று தெரியவில்லை என்றார். நான் தொலைபேசியை எடுத்தபோது ஒரு அமெரிக்க மாது நீங்க நரசய்யாவா? என்று கேட்டார். ஆம் என்று சொன்னேன். அவர் நான் PA to Schiefman from world bank. நான் வாஷிங்டனில் இருந்து பேசுகிறேன். உலக வங்கி உங்களை ஒரு ஆலோசனைக் குழுவில் கம்போடியா மேம்பாட்டுப் பணிக்கு ஆலோசகராகத் தேர்ந்தெடுத்துள்ளது. எவ்வளவு விரைவில் உங்களால் பணியில் சேரமுடியும் என்று கேட்டார். எனக்கு என்ன பயம் என்றால் இந்த மாதிரி தப்பான தொலைபேசி அழைப்புகள் பலருக்கு வருவதுண்டு. தவிரவும் அப்போதெல்லாம் கைபேசி கிடையாது. தரைவழித் தொலைபேசிதான் (Landline). சரி இது ஏதோ நம்பமுடியாத அழைப்பாக இருக்குமோ என்ற அச்சமிருந்தது. நான் கேட்டேன், எப்படி நான் உங்களை நம்புவது. நீங்கள் வாஷிங்டனில் இருந்து பேசுகிறீர்கள். நீங்கள் வெளிநாட்டவரா என்று. அம்மாது உடனே ஐயோ கடவுளே உங்களுக்குச் சந்தேகிக்கும் மூளை எப்பவும் இருக்கும் போல என்றார்.

இதைப்பற்றி நான் கம்போடிய நினைவுகள் என்ற எனது

நூலில் எழுதியுள்ளேன். மன்னிக்கவும், எங்களுடன் பிறநாட்டினர் தொடர்பு கொள்வது அதிகம் கிடையாது. எங்கள் வீட்டு அருகில் ஒரு ஃபேக்ஸ் வசதியுள்ள கடை இருக்கின்றது. அந்த எண்ணைக் கொடுக்கின்றேன். அதற்கு ஃபேக்ஸ் அனுப்புங்கள் என்றேன். உடனே அவர் எனது தொலைபேசி எண்ணைக் கேட்டார். உடனே நான் கேட்டேன் எனது தொலைபேசி எண் தெரியாமலேயே எப்படி நீங்கள் என்னை அழைத்தீர்கள் என்று. பிறகு அந்தப் பெண்மணி நீங்கள் சந்தேகப்படும் மனிதராகவே இருக்கிறீர்கள் என்று கூறிச் சிரித்தார்.

எப்படியோ அவர் சொன்னது போல உடனே ஃபேக்ஸ் வந்தது. அதில் கம்போடியா மிஷன் ஐந்து பேர்கொண்ட குழுவில் நானும் ஒரு அங்கத்தினராகத் தேர்ந்தெடுக்கப்பட்டுள்ளது குறிப்பிடப்பட்டிருந்தது. அக்குழுவில் நான் ஒருவர் மட்டுமே ஆசியர். மற்ற இருவர் ஐரோப்பியர். மற்றவர் ஆஸ்திரேலியர். அனைவரும் செப்டம்பர் மாதத்தின் முதல் வாரத்தில் கம்போடியாவில் சந்திக்க வேண்டும் என்றும் இருந்தது. நீங்கள் கம்போடியாவுக்கு வரவேண்டும். உங்களது ஆலோசகர் பதவிக்கான ஒரு நாள் சம்பளம் போன்ற தகவல்களைக் கூறவேண்டும், என்றிருந்தது.

எனக்கு அப்போது உலக வங்கியில் ஆலோசனைக் கட்டணம் (Consultation fee) என்றால் என்னவென்றே தெரியாது. நான் பிறகு அனுப்பி வைக்கிறேன் என்று கூறிவிட்டு டெல்லியில் இருந்த ஷிப்பிங் அட்வைசர் அனந்தகிருஷ்ணன் அவர்களைத் தொடர்பு கொண்டு கேட்டேன். அவர் இப்போதைய நடப்பில் ஒரு ஆலோசகருக்கு ஒரு நாளுக்கு 500 டாலர் என்று கூறினார். எனக்கு அதிர்ச்சியாக இருந்தது. 500 டாலரை நான் பார்த்ததே கிடையாது. இது கொஞ்சம் அதிகமாகத் தோன்றிற்று. ஆனால் அவரே, இப்போது கம்போடியாவில் வேலைக்கு அதிக போட்டி இருக்கிறது. ஆகையால் நீங்கள் 500 டாலர் சொன்னீர்கள் என்றால் அவர்கள் ஒருவேளை ஐரோப்பியர்களை நியமித்து விடலாம். ஆகையால் நீங்கள் பாதுகாப்பாக ஒரு நாளைக்கு 300 டாலர் என்று சொல்லி விடுங்கள் என்று கூறினார். நான் எனக்கு 300 டாலரே அதிகமாக இருக்கும் என்று தோன்றுகிறது என்று கூறினேன். பிறகு நான் 300 டாலர் என்பதை உடனே பேக்ஸ் அனுப்பிவிட்டேன்.

சில நிமிடங்களிலேயே நியமன ஆணை வந்துவிட்டது. போர்ட் கன்ஸ்ட்ரக்‌ஷன் அண்ட் ட்ரெட்ஜிங் ஸ்பெஷலிஸ்ட் (Port construction and Dredging specialist) என்ற பதவியைக் குறிப்பிட்டு வந்தது. நான் இன்னும் 10 நாட்களில் கம்போடியாவிற்குச் செல்ல வேண்டும் என்று அவ்வாணையில் இருந்தது. எனக்கோ கம்போடியா எங்கு இருக்கிறது என்றுகூடத் தெரியாது. ஆனால் எப்படியிருந்தாலும் அமெரிக்கன் எக்ஸ்பிரஸ் (American Express) என்ற கம்பெனி எல்லா ஏற்பாடுகளையும் செய்து விட்டார்கள். உலக வங்கிகளில் வேலை செய்பவர்கள் எல்லாம் சற்றுப் பெரிய மனிதர்கள். ஆகையால் மேல் வகுப்புப் பயணச் சீட்டுகளை முன்பதிவு செய்திருப்பார்கள். அதைப் போலவே எனக்கும் செய்தனர். எல்லாமே அவர்கள் செய்து முடித்து என்னை அனுப்பி விட்டனர்.

நான் சிங்கப்பூர் சென்று அங்கிருந்து கம்போடியாவுக்குச் செல்ல வேண்டும். உடனே நானும் கிளம்பிவிட்டேன். அங்கு போய்ச் சேர்ந்த உடனே எனக்கு சில பிரச்சனைகள் முளைத்தன. அங்கு பணிபுரியும் கம்போடியர்களுக்கு ஆங்கிலம் தெரியாது. அரசு அதிகாரிகளுக்கும் ஆங்கிலம் தெரியாது. அவர்கள் படித்ததெல்லாம் பிரெஞ்சு மொழியில்தான். அந்நாட்டின் தலைநகரான ஃப்னோம் பென் (Phnom Penh) நகரை அடைந்தேன். அங்கு எல்லாருமே பிரெஞ்சு மொழிதான் பேசினார்கள். எனக்கு பிரெஞ்சு மொழி அறிவு அதிகம் கிடையாது. ஆனால் என்னால் புரிந்து கொள்ள முடியும். பேசவோ எழுதவோ முடியாது. அதனால் நான் என்ன செய்வதென விழித்துக் கொண்டிருந்தபோது என்னை வரவேற்க விமானத்தளத்திற்கே ஒரு கம்போடிய அதிகாரி வந்திருந்தார். கார்ல் ஸ்கேன்சிங் என்ற உலக வங்கியின் இக்குறிப்பிட்ட பிரிவின் தலைவர் அனுப்பியிருந்த குறிப்பை அவர் காட்டினார். அதில் நாளை காலை பொதுப்பணித்துறை அமைச்சரைச் சந்திப்போம், கம்போடியாவைப் பற்றி உங்களுக்கு எவ்வளவு தெரியும் என்று எழுதியிருந்தது.

மறுநாள் நான் அமைச்சரைச் சந்தித்தபோது அவரிடம் சொன்னேன், இந்த நாடு எனக்குச் சொந்தமானது, ஏனெனில் இந்நாட்டைப்பற்றிய புராணங்களின்படி கௌண்டின்ய மகரிஷியால் இதற்கு கம்பூச்சா என்று பெயரிடப்பட்டது, என் குடும்பம் கௌண்டின்ய கோத்திரம் கொண்டது, எனவே இந்த நாடு எனக்குச் சொந்தமானது என்றேன். அன்றிலிருந்தே நான் அவர்கள்

அனைவருடனும் மிகவும் நட்பு உடையவனாகிவிட்டேன். அடுத்த நாளே வேலை செய்ய ஆரம்பித்தேன். அன்றைய காசி நகரத்து கெம்பு சுயம்புவா என்பவரால் கம்பூச்சா நிறுவப்பட்டதால், கம்பூச்சியா என்று பெயரிடப்பட்டது என்பதை வாசித்திருந்தேன். இந்த நாடு காடுகள், மலைகள் மற்றும் கிணற்று நீர்ச் சமவெளிகள் கொண்ட நாடு.

கம்போடியா கிழக்கு ஆசியா நிலப்பரப்பின் தென்கிழக்கு மூலையில் அமைந்துள்ளது. அதைச் சுற்றி வடகிழக்கு லாவோஸ், கிழக்கு மற்றும் தென்கிழக்கில் வியட்நாம் மற்றும் தென்மேற்கில் தாய்லாந்து வளைகுடா ஆகிய நாடுகள் உள்ளன.

கம்போடியா தொடர்ச்சியாக மன்னர்களின் சந்ததியர்களால் ஆளப்பட்ட நாடு. கடைசி மன்னர் நோரோடம் சிஹோனுக் *(Norodom Sihanouk)* ஆவார், அவர் சமீபத்தில் காலமானார்.

கம்போடியாவின் பெரும் நதியான மீ காங்க் *(Mekong river)* மற்றும் அதன் கிளை நதியான தொன்லே சாப் *(Tonle-Sap)* ஆகியவை நாட்டின் வாழ்க்கை மற்றும் பொருளாதாரத்தில் ஆதிக்கம் செலுத்துகின்றன. மீ காங்க் மிகப்பெரிய நதி. அது உலகின் மிக நீளமான நதிகளில் 12ஆவது இடத்திலுள்ளது. அதாவது காங் என்றால் நதி, மீ என்றால் தாய் என்று சீன மொழியில் கூறுகிறார்கள். ஜூன் முதல் நவம்பர் வரையிலான காலநிலை அந்நாட்டின் வெப்ப நாட்களாக இருக்கும். மழைக்காலத்தில் தாழ்வான பகுதிகள் மறைந்தேவிடும். இந்நாட்டில் ஆண்டுதோறும் 80 அங்குல மழைப்பொழிவு உண்டு.

கம்போடியாவின் ஒரு பக்கம் தாய்லாந்து, ஒரு பக்கம் லாவோஸ். தெற்கில் வியட்நாம். இந்நாட்டில் சியாம் ரீஃப் *(Siem Reap)* என்பது அங்கோர் வாட் *(Angkor Wat)* கோவில் அமைந்திருக்கும் இடம். சியாம் என்பது தாய்லாந்து. ரீப் என்றால் பின் வாங்குதல். அதாவது போரில் தாய்லாந்து தோற்றுப் பின் வாங்கிய இடம். கம்போடியாவை ஆக்கிரமித்த சியோன் படைகள் காட்டுப் பகுதிகளினின்று தான் படையெடுத்தன.

இந்நாட்டின் மிக முக்கியமானவை மீ காங்க் நீளமான ஆறும், தொன்லே சாப் ஏரியுமாகும். ஏரியின் கீழ் ஆறு. அந்த நதி வடக்கில் இருந்து கீழே இறங்கி ஒரு நீர்த்தேக்க ஏரி வழியாகத் தெற்கே பாய்கிறது. தெற்காகப் பாய்ந்து வியட்நாம் பகுதிக்குள் சென்று கடலில் கலக்கிறது. ஆனால் இது கடலில்

கலக்கும்போது பெரிய பிரச்சனை உண்டாகிறது. அதாவது கடல் நீரில் லோடைட், ஹைடைட் (Low tide, high tide) என்று இரண்டு உண்டு. கடல் நீர் பொங்குகையில் அது ஹைடைட் ஆகும். அச்சமயத்தில் ஆற்றின் பாய்ச்சல் தடுக்கப்பட்டு ஆற்றில் நீர் பொங்கும். அதுதான் பிரச்சனை. கம்போடியாவில் தொன்லே சாப் ஏரி வருடத்தில் ஒரு முறை மிகப் பெரிய பரப்பளவு கொண்டதாகிறது. அப்போது ஏரியின் அளவு நான்கு மடங்கு அதிகரிக்கும், இது உலகின் மிகப்பெரிய நன்னீர் ஏரி.

ஜூன் முதல் நவம்பர் வரையிலான பருவமழையின் போது மீ காங்க்கிலிருந்து பிரிந்து பாயும் தொன்லே சாப் ஏரி தனது தென்கிழக்கு ஓட்டத்தை மாற்றியமைத்துக் கொள்கிறது, இவ்வோட்டம் தொன்லே சாப் ஏரியின் பரப்பளவை சுமார் 1050 சதுர மைல் (2,700 சதுர கி.மீ.) அளவிலிருந்து சுமார் 4000 சதுர மைல்களாக (10,360 சதுர கி.மீ.) அதிகரிக்க வைக்கின்றது. அதன் ஆழம் 3 முதல் 10 அடி (0.9 - 3மீ) முதல் 30 - 45 அடி (9 - 14 மீ) வரை அதிகரிக்கிறது. அதில் 9 அடி (3மீ) ஆழம் கொண்ட கப்பல்கள் செல்லமுடியும்,

கம்போடியாவின் வரலாறு

அங்கோர் பேரரசை நிறுவிய கெமரின் வழித்தோன்றல்கள் பற்றி கம்போடிய நினைவுகள் என்ற எனது நூலில் தெளிவாகக் கொடுத்திருக்கின்றேன். அதில் ஒரு அட்டவணையாக அரசர்கள் பற்றிய தகவல்கள் உள்ளன. பல்லவ அரசர்களுக்கும் அந்த நாட்டு அரசர்களுக்கும் இடையேயான பெயர் ஒற்றுமைகள் பற்றியும் கொடுத்துள்ளேன்.

அங்கோர் அவர்களின் தலைநகரமாகவும், பெரிய நகரமாகவும் இருந்தது. அங்கோர் என்பது சமஸ்கிருத வார்த்தை; அதன் பொருள் நகரம். வாட் என்றால் கோவில். அங்கோர் கோவில் - அங்கோர் வாட் அரசர்களால் கட்டப்பட்ட உலகின் மிகப்பெரிய விஷ்ணு கோவில். 1113 ஆம் ஆண்டு முதல் 1050 ஆம் ஆண்டு வரையிலும் கட்டப்பட்டது. அங்கோர் வாட் கோவில் குறித்து இங்கு நான் அதிகம் சொல்லப்போவதில்லை. ஏனெனில் அதைப் பற்றி நிறைய நூல்கள் வெளிவந்துள்ளன. ஆகையால் சில முக்கிய விஷயங்களை மட்டும் விவரிக்கின்றேன். இக்கோவிலை மேலிருந்து நோக்கின் ஐந்து கோபுரங்கள் தெரியும். நடுவில் ஒரு கோபுரம். அதைச் சுற்றி நான்கு கோபுரங்கள். இது மேரு

மலையைச் சுட்டிக்காட்டுகிறது. மேரு என்றால் மகாமேரு. இது இந்து அண்டவியலைப் பிரதிநிதித்துவப்படுத்துகிறது, இது மேருவின் கீழ் உள்ள ஐந்து நிலைகளைக் குறிக்கிறது. இங்குள்ல மற்ற முக்கிய பௌத்த கோவில்கள் அங்கோர் தோம், ப்ரீ கான் தா கியோ போன்றவை.

மகாபலிபுரத்து அர்ச்சுனன் தபசுக்கு அடுத்தபடியாக உலகின் மிகப்பெரிய குடைவரைக் கோவில்களில் ஒன்று இங்குள்ளது. மகாபலிபுரத்தில் அர்ச்சுனன் தவம் செய்யும் காட்சியைப் போல அங்கோர் வாட்டில் அசுரர்கள் மற்றும் தேவர்கள் கடலைக் கடையும் காட்சியும் உலகிலேயே சிறந்ததாகக் காணப்படுகிறது. இது சமுத்திர மந்தனம் என்று அழைக்கப்படுகிறது. சிலப்பதிகாரத்தில் வடவரையை மத்தாக்கி வாசுகியை நாணாக்கிக் கடல்வண்ணன் பண்டொருநாள் கடல் வயிறு கலக்கினையே என்று ஆய்ச்சியர் குரவையில் வருகிறது. வடவரை என்றால் வடக்கு மலை மகாமேருவைக் குறிக்கிறது. அதை மத்தாக்கி வாசுகி என்ற பாம்பை நாணாக்கினான் என்று வருகிறது.

நான் கம்போடியா போனது அங்கோர் வாட் கோவிலுக்காக இல்லை. ஃப்னோம் பென் நகரத்துத் துறைமுகத்தைச் சீர்ப்படுத்துவதற்கும் ஃப்னோம் பென் ஆற்றைத் தூர்வாருவதற்கும்தான். நான் சென்றபோது தொன்லே சாப் ஆறு சரியான பராமரிப்பு இன்றி ஆழம் குறைந்து எட்டு மீட்டர் ஆழம் இருக்க வேண்டிய இடத்தில் இரண்டே மீட்டராகக் குறைந்திருந்தது. தொடர்ந்து பல பிரச்சினைகள். போர் மூண்டு குண்டுகளால் நாசமாகி அந்த ஆறு பயன்பாட்டிற்குரியதாக இல்லை. தவிரவும் அங்கு யாருக்கும் ஆங்கிலம் தெரியவில்லை. எந்த ஒரு பொறியியல் அமைப்பும் அந்தத் துறைமுகத்தில் சரியாக இருக்கவில்லை. அப்போது அங்கு இரண்டு தூர்வாரிக் கப்பல்கள் இருந்தன. ஒன்று சற்றே நல்ல நிலைமையிலும் மற்றொன்று முற்றிலும் பாழ்ப்பட்ட நிலையிலும் இருந்தன.

தூர்வாரிக் கப்பலின் அடிப்பகுதி பழுதடைந்து ஆற்றின் நீர் உள்ளே நுழையும்படியாகப் பல விரிசல்களுடன் இருந்தது. எனக்கு முன்னர் ஆலோசகராக இருந்த பிரெஞ்சு பொறியாளர் இந்தக் கப்பல் இனி வேலை செய்யாதென்றும் அதற்கான கருவிகளுக்கு உதிரிப் பாகங்கள் இல்லையென்றும் எழுதித் தந்து

நீலக்கடல் முழுதும் கப்பல் விடுவோம்

விட்டார். அவர் யோசனைப்படி ஒரு புது கப்பல் வாங்குவதுதான் சிறந்ததாகும் என்றிருந்தது. அதற்காக ஹாலந்தில் உள்ள கம்பெனிக்கு ஆர்டர் கொடுத்தால் அவர்கள் புதுக்கப்பல் கட்டி விடுவார்கள் என்று எழுதியிருந்தார். நான் அங்கு சென்ற போது கம்போடியாவிற்கு நிதி நெருக்கடி ஏற்பட்டுள்ளதைக் கண்டேன். ஏற்கனவே உலக வங்கிக் கடன் மூலம் இந்தச் சீரமைப்பு பணிகள் நடந்து வருகின்றன. இன்னும் கடன் அதிகரித்தால் அந்நாட்டிற்கு அது நல்லதல்ல என்று தீர்மானம் செய்துகொண்டேன். அந்த பிரெஞ்சு ஆலோசகர் ஏதோ ஓர் ஆதாயத்திற்காகத்தான் அவ்வாறு எழுதியுள்ளார் என்பதும் எனக்குப் புரிந்தது.

ஃப்னோம் பெனிலுள்ள காந்தி சதுக்கம் - நானும் என் இணையரும்

அந்த ஹாலந்து கம்பெனிக்காரர் என்னிடம் வந்து ஏன் கவலைப்படுகிறீர்கள்? உலக வங்கிக்குப் புதுக்கப்பல் வாங்கச் சொல்லி நீங்கள் சொன்னால் எங்கள் கம்பெனி உங்களுக்கு 10% கமிஷன் தரும் என்றார். அவரது ஆலோசனையை முழுவதுமாக நிராகரித்ததோடு, அவரிடம் தயவுசெய்து மீண்டும் திரும்பி வராதீர்கள் என்று சொல்லி அனுப்பிவிட்டேன். நான் சென்று அனைவரிடமும் சொன்னேன், நாம் இதே கப்பலைப் புதிய கருவியை வைத்துச் சரி செய்து விடலாம் என்றேன். புதிய கருவி மிகவும் பளுவானது. அதை எப்படித் தூக்குவது என்று கூட அவர்களுக்குத் தெரியவில்லை. உலக வங்கி ஒரு நாளைக்கு நூறு டாலர் வரை கொடுத்து ஒரு நல்ல மெக்கானிக்கை வைத்துக்கொள்ள அனுமதித்தது. அதனால் நான் நியூசிலாந்திலிருந்து வந்திருந்த ஒரு திறமையான மெக்கானிக்கை வேலைக்காக அழைத்துக் கொண்டேன். அவர் பெயர் ஹார்ஸ்ஃபால் (Horsefall). அவர் ஒரு நல்ல தொழிலாளி, நாங்கள் இருவரும் அங்கு இருந்த உதிரிப் பம்ப் ஒன்றைத் தயார் செய்து அதைப் பொருத்தவும் செய்துவிட்டோம். நாங்கள் ஆற்றைத் தூர்வாரவும் தொடங்கினோம்.

ஹார்ஸ்ஃபால் தூர்வாரும் கருவியைப் பழுதுபார்க்கும் போது

இடையில் நான் மெட்ராஸுக்கு வந்திருந்தபோது அந்த ஹாலந்து நாட்டுக் கம்பெனிக்காரர்கள் மறுபடியும் என்னைத் தொந்தரவு செய்தனர். அவர்கள் தாஜ் ஹோட்டலில் இரவு உணவிற்கு என்னை அழைத்துத் தயவு செய்து மீண்டும் யோசியுங்கள், நாங்கள் உங்களுக்கு நல்ல கமிஷன் கொடுப்போம், நீங்கள் இந்தக் கப்பலுக்கு ஆர்டர் கொடுங்கள் என்று கேட்டார்கள். நான் மறுத்து விட்டேன். ஊழல் எங்கேயெல்லாம் தலை விரித்தாடுகிறது!

கம்போடிய நாட்டின் சரித்திரமே ஒரு விசித்திரமான கதை. அதன் அரசர் மார்ச் 1970ஆம் ஆண்டில் சீனாவில் பதுங்கிக் கொண்டு அங்கிருந்து ஆட்சி புரிந்தார். அவர் சீனாவில் இருந்து சில அமைப்புகளின் மூலம் ஆட்சியை நடத்த முயன்றார். அப்போது அமெரிக்க ஜனாதிபதி நிக்சன் வியட்நாம் எல்லையில் சண்டையிடத் துருப்புக்களை அனுப்பினார். உண்மையில் அவர் வியட்நாமுக்கு எதிராகப் படைகளை அனுப்பினார், ஆனால் அத்துருப்புகள் கம்போடியாவின் சில பகுதிகளைக் குண்டுவீசி அழித்தன. கம்போடியர்கள் மிகவும் ஏழை மக்கள்; மிகவும் நல்ல மனிதர்கள். ஆனால் அவர்களுக்கு

நாட்டில் என்ன நடக்கிறது என்று தெரியவில்லை. அன்றைய போரும் குண்டுவெடிப்புகளும் பேரழிவை ஏற்படுத்தியன. 1975 ஆம் ஆண்டு சில காரணங்களுக்காக அமெரிக்க அரசாங்கம் கம்போடியாவுக்கான தனது உதவியை நிறுத்தியது. அவர்களுக்கு அன்றிலிருந்து உணவு கூடக்கிடைக்கவில்லை. மிகவும் தொல்லைக்கு ஆளாயினர்.

கெமர் ரூஜ் என்று அழைக்கப்படும் படைகளின் (கெமர் ரூ என்று உச்சரிக்கப்படுகிறது) தாக்குதலால் கிட்டத்தட்ட மில்லியன் கம்போடியர்கள் இறந்தனர். 1975 ஆம் ஆண்டு ஜனவரி 5ஆம் தேதி நடந்தது. இது கம்போடியாவின் மோசமான சோக நிகழ்வுகளில் ஒன்றாகும். நாடு ஜனநாயக கம்பூச்சியா என்று மறுபெயரிடப்பட்டது மற்றும் பிரான்சில் உள்ள சர்டோன் பல்கலைக்கழகத்தில் படித்த பட்டதாரியான பால்பாட் இப்போது இங்கே பைத்தியக்காரனாக மாறி இருந்தான்.

பால்பாட் நாட்டின் வேளாண்மை முறையை மாற்றியமைக்கத் திட்டமிட்டான். அதற்காகப் புதிதாகக் கால்வாய்கள் வெட்ட வேண்டும், ஆற்றின் போக்கை மாற்றவேண்டும் என்று கூறினான். படித்தவர்கள் அவன் பேச்சைக் கேட்கமாட்டார்கள் என்றெண்ணிப் படித்தவர்களையெல்லாம் கொன்றுவிடத் திட்டமிட்டான். அவனுடைய ஆட்கள் அவன் திட்டமிட்ட முறையில் படித்தவர்கள். அவன் அரசு ஊழியர்கள் எல்லோரையும் கொன்று குவித்தான். கலாச்சாரம் மக்கள் மனதை மாற்றி விடுகிறது என்றெண்ணினான். சுமார் ஒரு மில்லியன் மக்கள் சாதாரணமாகக் கொல்லப்பட்டனர், இல்லையில்லை; மிகவும் கொடூரமான முறையில் - அதாவது ஒரு கோடரியின் பின் பக்கத்தால் தலையில் தாக்கிக் கொல்லப்பட்டனர். அவன் முதலில் அவர்களைப் புதைப்பதற்கு ஒரு குழியைத் தோண்டச் சொல்வான். பின்னர் அந்தக் குழியின் பக்கத்தில் அவர்களை உட்காரச் சொல்வான். அவர்கள் தலையில் அந்தக் கோடரியின் பின்பகுதியால் அடிப்பான். அவர்கள் துடித்துக் குழியில் விழுந்தவுடன் அக்குழி மூடப்படும். இந்த மாதிரி அவன் 50 இலட்சம் மனிதர்களைக் கொன்றான். அவ்வாறு கொல்லப்பட்டவர்கள் முக்கியமாகப் படித்தவர்கள்; அரசுப்பணியில் இருந்தவர்கள். அவன் ஒரு பள்ளியைச் சித்திரவதைக்கூடமாக மாற்றினான். என் பணிக்காலத்தில் சில நாட்கள் என்னுடன் எனது மனைவி அங்கு இருந்தார். அவர் அந்தக் கூடத்தைப் பார்த்த பின்னர் சில நாட்கள்

உணவு கூட உட்கொள்ளவில்லை.

எந்த விதமான வேளாண் அறிவும் பாசன அறிவும் இன்றிக் கால்வாய்களைத் தோண்டிப் பாசன அமைப்பு அமைத்ததால் அது பயனின்றி முடிந்தது. அந்தச் சித்திரவதைக் கூடத்தில் ஒரு அறிவிப்பு எழுதி வைக்கப்பட்டிருந்தது. அதன் மொழிபெயர்ப்பு ஆங்கிலத்திலும் இருந்தது. அதில் நீங்கள் என் கேள்விகளுக்குச் சரியான பதிலளிக்க வேண்டும், நான் ஒரு கேள்வியைக் கேட்கும்போது ஏன் என்று கேட்கக்கூடாது. நீங்கள் பதிலளித்தே ஆக வேண்டும். மற்ற நிபந்தனைகளுக்கு நீங்கள் கீழ்ப்படியவில்லை என்றால் மின்சாரம் மூலமாக அதிர்ச்சிகள் கொடுக்கப்படும், என எழுதப்பட்டிருந்தது. அந்த அதிர்ச்சியிலேயே பலர் இறந்துபட்டனர்.

சித்திரவதைக்கூடத்தில் இந்த மாதிரி இறந்தவர்கள் படங்கள் இருக்கின்றன. அங்கிருக்கும் சில சித்திரவதை உபகரணங்களைப் பார்க்கையில் நமக்கே பயமாக இருக்கும். அதை இப்பொழுது நினைத்தாலும் பயமாக உள்ளது. அவ்வாறு 20000 கைதிகள் துவோல் ஸ்லெங்கில் (அந்த இடத்தின் பெயர்) சித்திரவதை செய்யப்பட்டு, விசாரிக்கப்பட்டு கொலைக்களங்களுக்கு அனுப்பப்பட்டனர். இப்போதும் கொலைக்களத்தை அங்கு காணலாம். அங்கு கொல்லப்பட்டவர்களின் மண்டை ஓடுகளையெல்லாம், கிட்டத்தட்ட 10000 மண்டையோடுகளைத் தோண்டி எடுத்துச் சேகரித்து அங்கேயே ஒரு கட்டடத்தில் வைத்துள்ளனர். இதையெல்லாம் பார்த்த எனக்குப் பல நாட்கள் வேலை எதுவுமே செய்ய முடியவில்லை!

முன்னர் சொன்னது போல முதலில் வியட்நாமியர்களாலும் பின்னர் குண்டு வீச்சுகளாலும் (1977-1978) இங்கு பேரழிவு தொடர்ந்து ஏற்பட்டது. போர் நாட்டையும் அதன் தலைநகரத்தையும், அதன் துறைமுகத்தையும் அழித்துவிட்டது. மார்ச் 1986இல் ஐக்கிய நாட்டுச் சபையால் அமைதிச் செயல்முறை அமைக்கப்பட்டது. சர்வதேசச் சமூகங்களும் இந்தச் செயல்முறைக்கு உதவ முன்வந்தன.

அதன் விளைவாகத்தான் எங்கள் குழு அமைக்கப்பட்டது. அக்குழுவில் நான் ஒரே ஆசியர். ஒருங்கிணைக்கும் தலைவர் நெதர்லாந்தைச் சேர்ந்தவர். அமெரிக்க மற்றும் பிரெஞ்சு பெண் நிதி நிபுணராகவும், நியூசிலாந்தின் பொறியாளருமாக

நாங்கள் மொத்தம் ஐந்து ஆலோசகர்கள். அந்த மிஷன் அக்டோபர் 1994ஆம் ஆண்டில் சந்தித்தது. அதில் நான் கடல் மற்றும் துறைமுக மேலாண்மை ஆலோசகர். எனவே நாங்கள் அங்கு முதலில் சந்தித்தோம், ஃப்னோம் பென் துறைமுகம் புனரமைக்கப்பட வேண்டும் என்பது முக்கிய விசயம். அதற்கு ஜப்பானிய நிதி கொடுக்கப்பட்டிருந்தது.

எனது முதல் பிரச்சனை ஆற்றைத் தோண்டும் பணியில் இருந்தது. தவிரவும் ஆற்றின் போக்கையும் சீர்ப்படுத்த வேண்டுமென்பது. வெவ்வேறு காலங்களில் அதிவேகமாகச் செல்லும் தோன்லே சாப் நதியின் 8 கிமீ பரப்பளவைப் பராமரிக்க வேண்டும். அது 8 கிமீ தொலைவு. மேலும் நான் சென்றபோது அதன் ஆழம் 2 மீ மட்டுமே. அதை 8 மீ ஆழமாக மாற்றவேண்டும். இதுதான் என்னுடைய வேலை. சர்வேயர்களால் ஆற்றின் ஆழங்கள் பல பகுதிகளில் அளந்து எடுக்கப்பட்டு தோண்டப்பட வேண்டிய அளவும் கணக்கெடுக்கப்பட்டது. இவற்றைத் தவிர துறைமுகத்துப் பணிமனைச் சீரமைப்பு மற்றும் சரக்குக் கையாளும் முறை முதலியவையும் என்னால் பரிந்துரைக்கப்பட வேண்டும். அங்கிருந்த வேலையாட்களுக்கு அதிகமான ஆற்றல் அப்போது இல்லை. முக்கியமாக இரண்டு தூர்வாரிக் கப்பல்களைப் பராமரித்து அவற்றைப் பணி முறையில் வைக்க வேண்டியிருந்தது மற்றும் சரக்குகளைக் கையாளும் இயந்திரங்களையும் சீரமைக்க வேண்டியிருந்தது. ஆகையால் எனது பணி மிகக் கடினமானதாகவே இருந்தது. தவிரவும் அங்கிருந்த பணியிடத்தையும் சீரமைக்க வேண்டியிருந்தது. அனைத்திற்கும் மேலாகத் தேவைகளைக் கணக்கெடுத்து அதற்கான பட்டியலையும் தயார் செய்ய வேண்டியிருந்தது.

தூர்வாரிக் கப்பலில் பணிபுரிபவர்களுக்குப் பயிற்சியளித்தலும் எனது பொறுப்பு. நான் அதற்காக அக்கப்பலிலேயே அவர்களுடன் இருந்து பயிற்சியளித்துக் கொண்டிருந்தேன். ஏனென்றால் அவர்களுக்குத் தூர்வாரும் தொழில் புதிது. உபகரணங்களைப் பயன்படுத்தத் தெரியாது, எனவே நான் அவர்களுக்கு ஆரம்பத்தில் இருந்தே சொல்லிக் கொடுக்க வேண்டியிருந்தது. காலையில் 7 மணியளவில் தொடங்கும் என் பணி நாளெல்லாம் தொடர்ந்தது. குறிப்பிட்ட கால எல்லைக்குள் இவ்வேலை முடிய வேண்டுமெனில் நாளெல்லாம் வேலை செய்யவேண்டும். அப்போது அங்கிருந்தவர்களில் ஒருவருக்கு மட்டுமே கொஞ்சம்

ஆங்கிலம் தெரிந்திருந்தது. அவர்கள் நல்ல வேலையாட்களாக இருந்தார்கள். சொன்னபடி தமது வேலைகளைச் சரியாகவே செய்தனர். ஆகையால் எனக்குப் பயிற்சி அளிப்பது சுலபமாகவே இருந்தது.

கம்போடியாவில் பயிற்சி கொடுக்கும்போது

அங்கிருந்த இரண்டு தூர்வாரிக் கப்பல்களும் வெட்டும் பல் சக்கரத்தைக் கொண்ட குழாய் வழியாகத் தோண்டிய மணலை உறிஞ்சு முறையில் எடுப்பவை. அந்தக் கப்பலின் நான்கு மூலைகளிலும் ஸ்பட்ஸ் எனப்படும் தூண்கள் இருக்கும். அவற்றை ஆற்றில் இறக்கிக் கப்பலை ஓரிடத்தில் நிலையாக நிறுத்திய பின்னர் அவை தோண்டத் தொடங்கும். அந்தப் பல் சக்கரத்தின் பற்கள் மாற்றக்கூடியவை. அந்தப் பல் சக்கரங்களை இறக்குமதி செய்வதற்கு நான் ஏற்பாடுகள் செய்தேன்.

அவ்வாறு தோண்டப்பட்ட மணலும் நீரும் சேர்ந்த கலவை அதே பம்பு மற்றும் நீண்ட குழாய்கள் மூலம் வேறு இடத்துக்குச் செலுத்தப்பட வேண்டும். மணலை அப்படியே வெளியேற்ற முடியாது. நீரும் மணலும் கலந்துதான் செல்லும், ஆகையால் 7 சதவீதம் மணலும் மீதி எல்லாம் தண்ணீராகத்தான் போகும். ஆகையால் 7 டன் மணலை எடுத்துக் கொண்டால், அதனை அகற்ற, செயல்பாட்டில் 70 டன் தண்ணீரைச் செலுத்தச் செய்யவேண்டும். இது அதிக நேரத்தை எடுத்துக்கொள்ளும் பிரச்சினையாகையால் கவனத்துடன் செயல்படுதல் அவசியம். தோண்டவேண்டிய அளவு வெவ்வேறு இடங்களில் வெவ்வேறாக இருந்தது, ஆகையால் அவற்றை சர்வேயர்கள் மூலம் முதலில் சரியாகக் கணக்கிட்டுப் பின் வேலையைத் தொடங்கினோம். சாக்தமுக் *(Chakdomuk)* என்ற நான்கு முகங்கள் கொண்ட

இடத்தில் 60 ஆயிரம் சதுரமீட்டர் தோண்ட வேண்டி இருந்தது.

ஸ்டான் என்ற இடத்தில் 60 ஆயிரம் சதுரமீட்டர்
பூம் தெளி என்ற இடத்தில் 20 ஆயிரம் சதுரமீட்டர்.
பாங் ரோ என்ற இடத்தில் 200 ஆயிரம் சதுரமீட்டர்

மற்ற இடத்தில் 40 ஆயிரம் சதுர மீட்டர். இது எனது பொறுப்பிலிருந்ததாகையால் எனக்குக் கொடுக்கப்பட்ட வேலையாகும். அவ்வேலையை முடிக்க வேண்டிய காலக் கணக்கீடும் துல்லியமாகக் கொடுக்கப்பட்டது. அங்கே முடிவு எடுப்பது மற்றும் கட்டுமானப் பணி மேற்கொள்வது போன்றவற்றில் முடிவெடுப்பது என்பது கடினமாக இருந்தது. அனைத்து வேலைகளும் கொடுக்கப்பட்ட காலத்தில் முடிக்கப்படவேண்டும். ஏனெனில் ஆற்று நீர் கீழ் மட்டத்தில் இருக்கின்ற மூன்று மாதகாலத்தில் முடித்தால்தான் வேலை நிறைவடையும். அம்மூன்று மாதங்களுக்குள் ஆற்றில் மூன்று கட்டங்களில் வேலை முடிக்கப்பட வேண்டும்.

எழுத்தர் பணிக்கு உலக வங்கி எந்த உதவியாளரையும் கொடுக்காது: நாமேதான் செய்ய வேண்டும், கணிணியில் எக்செல் முறைதான் கடைபிடிக்கப்பட்டது. ஆகையால் முதலில் நான் எக்செல் முறையைச் சரியாகக் கற்று, பின்னர் அனைத்துத் தகவல்களையும் தொகுக்கத் தொடங்கினேன். இந்த முறையில் முதல் எட்டு வாரங்கள் 1994ஆம் வருடத்திலும் 4 வாரங்கள் 1995ஆம் வருடத்திலும் இப்பணி செய்யப்பட்டது. டெண்டர் எடுப்பது உலக வங்கி என்பதால் அதில் ஒவ்வொரு நடைமுறையும் மிகவும் கடினமானது. ஏனெனில் உலக வங்கியில் மிகக் கடுமையான விதிகள் அனுசரிக்கப்படுகின்றன. இப்படியான சிக்கல்களுக்கிடையிலும் சரியாகத் திட்டமிடப்பட்டு எனது வேலை முடிவடைந்தது. நான் அற்புதமான வேலையைச் செய்தேன் என்று அங்குள்ளவர்கள் கூறியபோது மட்டில்லா மகிழ்ச்சியடைந்தேன். என்னைப் பொறுத்த வரையில் இந்த வேலை முற்றிலும் திருப்திகரமாக இருந்தது என்று தான் நினைக்கிறேன்.

கலந்துரையாடல்

கேள்வி: ஐயா கம்போடியாவில் நீங்கள் மேற்கொண்ட உலக வங்கி ஆய்வுத்திட்டத்தினால் (world Bank project) மக்களுக்கு

இன்னும் என்னென்ன நன்மைகள் கிடைத்தன.

பதில்: நாங்கள் மேற்கொண்ட உலக வங்கி ஆய்வுத்திட்டத்தின் விளைவாக அங்கிருந்த துறைமுகம் மக்களின் பயன்பாட்டிற்கு வந்தது. அது எட்டு வருடங்களாகப் பயன்படுத்தப்படாமல் இருந்த துறைமுகம். அந்தத் துறைமுகம் போக்குவரத்திற்கு உயிர்நாடி போன்றது. இரண்டாவதாக மனிதர்கள் நிறையபேர் அங்கு வேலை வாய்ப்பின்றி இருந்தனர். துறைமுகத்தின் பயன்பாட்டினால் அவர்களுக்கு வேலை கிடைத்தது.

மூன்றாவதாக அங்கு இருந்தது நன்னீர். உவர்நீர் இல்லை. அந்த நீர் பயிர் விளைச்சலுக்குப் பயன்படுத்தப்பட்டது. மண்ணும் வளமையானது. இதனால் விளைச்சல் மிகவும் நன்றாக வளர்ச்சியடைந்தது. 5000 முதல் 6000 மக்களுக்கு வேலை கிடைத்தது. நான் அங்கிருந்த போது மக்கள் அடிக்கடி என்னைச் சந்தித்து உங்களால்தான் எங்களுக்கு வேலை கிடைத்தது என்று கூறுவார்கள்.

கேள்வி: கம்போடியாவில் உங்கள் உணவு பற்றிய செய்திகளைக் கூறுங்கள்.

பதில்: நான் சைவ உணவு சாப்பிடுபவன். கம்போடியாவில் சைவ உணவு கிடைப்பது கடினம். நான் முதலில் இங்கிருந்து கொண்டுசென்ற சாமான்களை வைத்துச் சாப்பிட்டேன். பிறகு என்னுடைய மனைவியை அழைத்துக் கொண்டு சென்றதால் பிரச்சனை இல்லை. உலக வங்கித் திட்டப் பணி என்பதால் நடக்கும் விருந்துகளில் உண்பதற்குச் சிரமப்பட்டேன். ஒரு விருந்தில் சிறிய பன்றிக்குட்டியை அப்படியே உருவம் மாறாமல் சமைத்து வைத்திருந்தார்கள். என்னைப் பார்த்ததும் அதற்கருகிலிருந்த ரொட்டியைச் சாப்பிடச் சொன்னார்கள். என்னால் முடியவில்லை. எப்படியோ சமாளித்து வெளியே வந்துவிட்டேன். இன்னொரு விருந்து ஒரு அதிகாரியின் *(Ambasadar of Cambodia)* வீட்டில். நான் முதலில் தயங்கியபோது அவர், என் மனைவி வீட்டில் உங்களுக்குச் சுத்த சைவமாகச் சமைத்திடுவார், கவலை வேண்டாம் என்று சொல்லிவிட்டார். கம்போடியாவில் விருந்துகளுக்குச் செல்லும் போதெல்லாம் நான் நினைப்பேன். விருந்துகளில் அவர்கள் உணவுகளையும் உணவுப் பொருட்களையும் அதிகம் வீணாக்குகிறார்கள். இவ்வளவு கஷ்ட காலத்திலும் உணவை வீணாக்குவது மனதிற்குக் கவலையளித்தது.

ஒரு விருந்தில் பெரிய அண்ணாசிப்பழத்தைக் குடைந்து நடுவில் துளையிட்டு அதில் மெழுகுவர்த்தி ஏற்றி அழகுப் பொருளாக மேசையில் வைத்திருந்தார்கள். வீண்தானே என்று நினைத்தேன். கம்போடியர்கள் பொருளாதார வகையில் எவ்வளவு கஷ்டப்பட்டாலும் உணவுப் பொருட்களை வீணாக்குவது பற்றிக் கவலைப்படுவதில்லை.

யூடியூபில் இந்த உரையைக் காண்பதற்கான QR கோட்:

~~*~~
கடலோடி நரசய்யா - துணைவியார் லட்சுமி அம்மையார்

4. நாம் மறக்க மாட்டேமால்

~▽~

நாம் மறக்க மாட்டேமால் - சிலப்பதிகாரத்தில் இச்சொற்றொடர் வருகிறது; கோவலன் சென்ற பிறகு மாதவி பாடுவது. கானல் வரியில் நடந்தாய் வாழி காவேரி என்ற பாடலில் மாதவி சொல்லுவது, நம்மை மறந்தாரை நாம் மறக்க மாட்டேமால். நம்மை அவர் மறந்தாலும் நாம் அவரை மறக்க மாட்டோம் என்று சொல்லுகின்றார் மாதவி. அதேபோல நமது முன்னோர்களின் சிறப்பான கடல்வழிப் பயணங்களையும் கடல்வழி வணிகத்தையும் மற்றவர்கள் மறந்துவிடினும் நாம் இன்று மறந்துவிடக்கூடாது. இரண்டு காரணத்திற்காக நாம் அதனை நினைவிலிருத்த வேண்டும். ஒன்று ஜார்ஜ் சந்தாயனா கூறுவது போல: வரலாற்றைப் படிக்காமல் இருந்தால் நாம் அதே பிழைகளைத் திரும்பத் திரும்பச் செய்வோம். அதுபோல, அவர்கள் முக்கியமாக என்ன செய்தார்கள்? ஏன் செய்தார்கள்? என்று நாம் தெரிந்து கொண்டால் நாமும் அதைத் தொடர்ந்தும் இன்னும் சிறந்த முறையிலும் செயல்படுத்தலாம்.

நான் எழுதிய ஒரு கட்டுரையில் பொன்னோடு வந்து கறியோடு பெயர்வோர் என்று யவனர் பற்றி எழுதியிருந்தேன். ஆரம்பகாலம் தொட்டே தமிழர்கள் கடல்வழிப் பயணமும் வணிகமும் செய்து கொண்டு வந்தார்கள் என்பது நமக்கு நன்றாகத் தெரியும்.

தமிழரின் கடல்வழி வணிகமும், அவற்றின் எச்சங்களும்

கடல்வழிப் பயணம் குறித்து நமக்குக் கிடைக்கும் சான்றுகளில் முதலாவது செங்கடல் வழிகாட்டியாகும் (Periplus of the Erythraean Sea). இதில் குறிப்பிடப்படும் பகுதி மத்தியதரைக் கடலும் (Mediterranean Sea), செங்கடலும் (Red Sea). இவை

மிகவும் முக்கியமானவை. மேலைநாட்டினருக்குச் செங்கடல் மற்றும் அதை அடுத்து இருப்பது எல்லாமே செங்கடல்தான். அப்படித்தான் அவர்கள் நினைத்துக் கொண்டிருந்தார்கள். ஆகையினால் செங்கடல் வழிகாட்டி என்று அக்குறிப்புக்குப் பெயர் வைத்தார்கள். எரித்ரியன் (*Erythraean*) என்றால் சிவப்பு என்று பொருள். செங்கடல் அவர்கள் வந்து கொண்டிருந்த வழி, அலெக்சாண்ட்ரியா என்ற துறைமுகத்தில் இருந்து தரை மற்றும் நைல் ஆற்றின் வழியாக மயோஸ் ஹாமோஸ் அல்லது பெர்னிகே (*Myos Hormos or Berenice*) என்ற எகிப்து நாட்டுத் துறைமுகங்களுக்கு வந்து, பின்னர் கடல் வழியாக இந்தியத் துறைமுகங்களை அடைவர்.

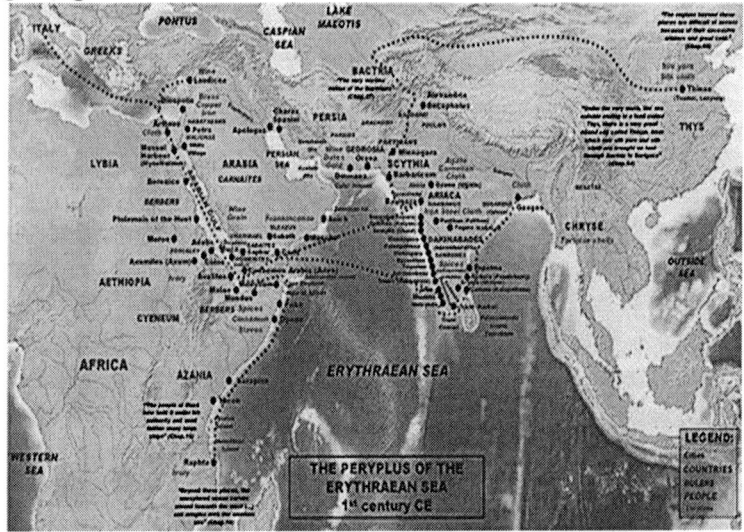

மேற்கில் ஒரு சான்று

மேற்கில் மயோஸ் ஹாமோஸிலிருந்து கிழக்கில் சீனாவின் குவாங்க் ஷூ (*Quang Shu*) வரையிலும் பல நூற்றாண்டுகளுக்கு முன்னரே தமிழர்களின் சிறப்பான கடல்வழிக்குச் சான்றுகள் உள்ளன. மேற்கில் இருக்கும் ஒரு சான்று முதல் நூற்றாண்டைச் சார்ந்தது. 1999ஆம் ஆண்டு முதல் 2003ஆம் ஆண்டு வரை சௌதாம்டன் பல்கலைக்கழகம் (*University of Southampton*) அகழாய்வு ஒன்றை குசெயர் அல் காதிம் (*Quseir al-Qadim*) என்ற இடத்தில் நடத்தியது. இந்த இடத்தின் முந்தைய பெயர் மயோஸ் ஹாமோஸ் (*Myos Hormos*). இந்த அகழாய்வின் போது

ஒரு பானை ஓடு கிடைத்தது. அந்த ஓட்டில் எழுத்துருக்கள் இருந்தன. பானை உறி - அது தமிழியில் எழுதி இருந்தது. இதை ஐராவதம் மகாதேவன் அவர்கள் தான் பானை உறி என்று முதலில் கண்டவர். பானை உறி என்றால் அவர் உறியில் தொங்கவிடப்பட்ட பானை என்கிறார். இதிலிருந்து நாம் முடிவு செய்து கொள்ள வேண்டியது என்னவென்றால் அன்றைய தமிழர்கள் கடல்வழியாக அங்கு சென்றார்கள் என்பது உறுதியாகி விடுகின்றது. இது மேற்கில் கிடைக்கும் மிகப் பழைய சான்று.

கிழக்கில் ஒரு சான்று

கிழக்கில் பார்த்தோமேயாகில் மிகவும் பழமையான சான்று வாட் கிளாங் தாம் *(Wat Khlong Thom)* என்ற இடத்தில் *1800* வருடங்கள் பழமையான கல் ஒன்று கிடைத்தது. பச்சை நிறத்தினதான இந்தக் கல்லில் பெரும்பட்டன் கல் என்று எழுதி இருக்கிறது. க, ல, என்ற எழுத்துகள் தமிழ் பிராமி படித்தவர்களுக்குச் சற்று எளிதாகப் படிக்க முடியும். பெரும்பட்டன் கல் என்றால் மூத்த ஆச்சாரியினுடைய உரை கல் *(touch stone)* என்று பொருள். இவற்றின் மூலம் முக்கியமான புரிதல் என்னவெனில் கடலில் கப்பல்கள் மூலம் தமிழர்கள் சென்றிருக்கிறார்கள் என்றும் அவர்கள் மேற்கிலிருந்து கிழக்கு வரை எல்லா இடங்களுக்கும் சென்றிருக்கிறார்கள் என்பதுமாகும். இதை நான் முன்னரே ஒரு தடவை விரல் கணக்கும், விண்மீன்களும் என்ற தலைப்பில் உரையாற்றி இருக்கின்றேன். அதாவது இன்றைய மாலுமிகள் பயன்படுத்தும் செக்ஸ்டண்ட் *(Sextant)* என்ற கருவியைப் போல, ஒரு அறியப்பட்ட விண்மீன் அடிவானத்திலிருந்து அது இருக்கும் இடத்திற்கு (கப்பல் அப்போது இருக்கும் நிலையைப் பொறுத்து) எத்தனை டிகிரி கோணத்தில் உள்ளது என்பதை அளப்பது. இது தெரிந்தால் இந்த உலகின் எப்பகுதியில் இருக்கிறோம் என்பது மாலுமிக்குத் தெரிந்து விடும். இதை அறிந்து கொள்வதற்காக இடது கையின் கட்டை விரலை மூக்கு நுனியில் வைத்துக் கொண்டு வலது உள்ளங்கையை மடக்கி வைத்துக் கொண்டு

அதன் மூலம் விண்மீனைப் பார்ப்பதாகும். இதை விரல் கணக்கு என்று தமிழர்கள் அழைத்தார்கள். மற்றவர்கள் இசாப் என்றனர்.

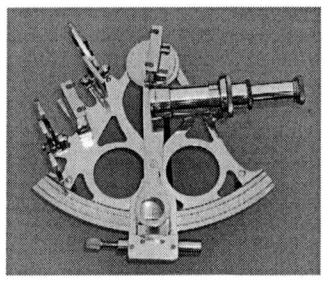

செங்கடல் வழிகாட்டி

செங்கடல் வழிகாட்டி முதல் நூற்றாண்டில் எழுதப்பட்ட நூல். எகிப்து (Egypt) நாட்டின் முஸ்ஸல் (Mussel previously known as Myos Hormos) என்கிற துறைமுகத்தில் தொடங்கி இந்திய நாட்டின் வங்காள விரிகுடா வரையிலும் மாலுமிகள் சென்ற வழிகளில் அமைந்திருக்கும் துறைமுகங்களைப் பற்றி இந்த நூல் விவரிக்கின்றது. நூலின் 38ஆம் பத்தியில் இருந்து இந்தியத் துறைமுகங்கள் விவரிக்கப்படுகின்றன.

எகிப்து துறைமுகங்கள்

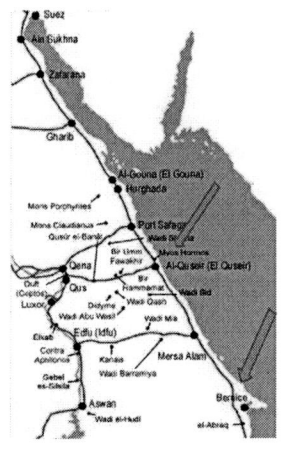

பெரிப்ளசு (Periplus) என்பது "கடல்வழிப்பயணம்" (கடல் வழிக் கையேடு, கடல் பயண விவரிப்பு) என்னும் பொருள் தருகின்ற பண்டைய கிரேக்கச் சொல் ஆகும். பெரிப்ளசு (கடல் வழிகாட்டி) நூல் முஸ்ஸல் துறைமுகம் (Mussel harbour, which is Myos Hormos) அல்லது பெர்னிஸ் (Bernike or Bernice) துறைமுகத்தில் இருந்து தொடங்கும். கீழே உள்ள வரைபடத்தில் அம்புக் குறியால் காட்டப்பட்டுள்ளது முஸ்ஸல் துறைமுகம் மேலே உள்ளது, பெர்னிஸ் கீழே உள்ளது. இந்த இரண்டு

துறைமுகங்கள்தான் முக்கியமான துறைமுகங்களாகச் செங்கடலில் இருந்தன. நைல் நதி வழியாக வந்த வணிகப் பொருட்கள் இறக்கப்பட்டு தரை வழியாக முஸ்ஸல் துறைமுகம் அல்லது பெர்னிஸ் துறைமுகத்திற்கு வந்து பின்னர் இங்கிருந்து நேராகத் தெற்கு நோக்கிக் கிழக்கிற்குக் கிளம்பிவிடும்.

ஸ்ட்ராபோ (Strabo 63 -24 BCE)

ஸ்ட்ராபோ *(Strabo)* என்னும் கிரேக்க புவியியலாளர் மற்றும் தத்துவவாதி கி.மு. முதல் நூற்றாண்டில் அதாவது கி.மு. 64ஆம் வருடத்திலேயே பிறந்தவர். அவர் கூறியது கீழே கொடுக்கப்படுகிறது.

"அலெக்சாண்ட்ரியாவின் வணிகர்கள் நைல் நதி மற்றும் அரேபியா வளைகுடா வழியாக இந்தியாவிற்குக் கடல்வழிப்பயணம் செய்தார்கள். இந்தியர்களை மற்றும் கடல் வழிகளை நம் முன்னோர்கள் தெரிந்து கொண்டதை விட இப்பொழுது நம்மால் நன்றாகத் தெரிந்து கொள்ள முடிகிறது. முஸ்ஸல் *(Mussel)* துறைமுகத்தில் இருந்து வருடத்திற்கு நூற்றி இருபது கப்பல்கள் இந்தியாவிற்குச் சென்றன " என்று இவர் கூறுகிறார்.

மூத்த ப்ளினி (Pliny The Elder 23-79 AD)

மூத்த ப்ளினி *(Pliny The Elder)* எனும் ரோமானிய எழுத்தாளர் மற்றும் தத்துவவியலாளர்; கி. பி. முதல் நூற்றாண்டைச் சார்ந்தவர். அவர் கூறுவது, ஹிப்பாலஸ் என்னும் பருவக்காற்று *(The wind called Hippalus)* அதாவது தென் மேற்குப் பருவக்காற்று வீசும் நேரத்தில் எகிப்தில் இருந்து முசிறிக்கு நாற்பது நாட்களில் சென்று விடலாம். முசிறி என்பது இன்றைக்குக் கேரளத்தில் பட்டணம் என்று அறியப்படும் இடம். அதாவது பெரியாறு (பேரியாறு) கடலில் கலக்கும் இடத்தில்தான் முசிறி இருந்தது. அந்த இடத்தைச் சேர மன்னர்கள் *(Caelobothras)* ஆண்டார்கள் என்பதை அவர் சொல்கிறார். மற்ற வசதியான துறைமுகங்கள்: *Neacyndi, Barace. Neacyndi* என்பது இப்போது சேலையூர் என்று அறியப்படும் இடமாக இருக்கலாம். *Barace* என்பது வக்கரை அல்லது கோட்டயமாகவும் இருக்கலாம். வணிகச் சந்தைகளில் இருந்து வெகு தூரத்தில் இருக்கக்கூடிய மதுரையில் இருந்து கொண்டு பாண்டியர்கள் முசிறியை ஆட்சி செய்து கொண்டிருந்தனர் என்று அவரது குறிப்புகளில் கூறப்படுகிறது.

மதுரை Modiera என்றே எழுதப்பட்டு இருக்கிறது.

செங்கடல் வழிகாட்டி 4ஆம் பத்தி

Excerpt: [Below Ptolemais of the Hunts, at a distance of about three thousand stadia, there is Adulis. They used formerly to anchor at the very head of the bay, by an island called Diodorus, east of HOA]

டாலமிஸ் ஆஃப் த ஹன்ட் (Ptolemies of the hunt) என்பது ஆப்பிரிக்காவிற்கு அருகிலிருக்கும் ஒரு முக்கிய வர்த்தக நகரமாகும். அங்கே இருந்து மூன்று ஆயிரம் ஸ்டாடியா (stadia) (நீளத்தை அளப்பதற்கான பண்டைய கிரேக்க அளவுகோல்; ஒரு

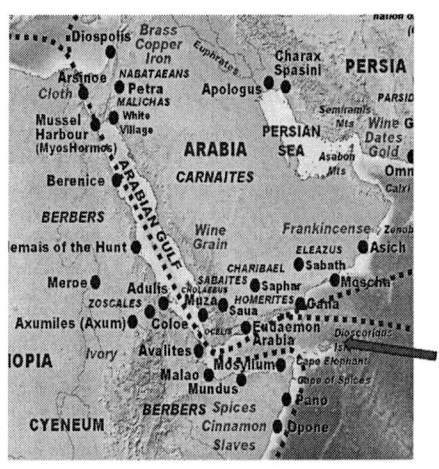

ஸ்டாடியா 150மீ முதல் 200மீ வரை இருக்கும் என வரலாற்று அறிஞர்கள் கூறுகிறார்கள்) தூரத்தில் செங்கடலில் அடுலிஸ் (Adulis) என்னும் ஓர் இடம் இருக்கின்றது. அந்த அடுலிஸில் இருந்து செல்லும்போது வரும் தீவுதான் டியோடாருஸ் (Diodorus). இது ஹார்ன் ஆப் ஆப்பிரிக்காவின் (Horn of Africa) வடமேற்குப் பகுதியில் இருக்கிறது. டியோடாருஸ் தீவுக்குப் பண்டைய காலத்தில் சகோத்ரா (Socotra) என்று பெயர். சகோத்ரா என்ற சொல்லுக்குச் சம்ஸ்கிருதத்தில் வழியில் தங்குவதற்கு ஒரு சுகமான நல்ல வழி (தாரா) என்று பொருள். இந்தத் தீவில் நிறைய குகைகள் இருக்கின்றன.

செங்கடல் வழிகாட்டி - 49ஆம் பத்தி

Excerpt: [Imported into this market-town, Italian winw, copper, tin and lead etc.,And for the King brought very costly vessels of silver, singing boys, beautiful maidens for the harem and fine wines]

செங்கடல் வழிகாட்டி நூலின் 49ஆம் பத்தியில் யவனர்கள் தமிழகத்தில் இறக்குமதி செய்த பொருட்களைப் பற்றிக் கூறப்பட்டுள்ளது. நூலில் மற்ற இடங்களைப் பற்றிய குறிப்புகள் இருக்கின்றன. ஆனால் அவை யாவும் நமக்குத் தெரிந்த இடங்கள். என்னுடைய ஆய்வில் ஒரு முக்கியமான விசயத்தை நான் கவனித்தேன். இந்த ஆய்வில் எனக்குத் தெரிந்தது என்னவென்றால் யவனர்கள் இந்திய அரசர்களுக்காக அங்கிருந்து விலை உயர்ந்த வெள்ளிப் பாத்திரங்கள் *(costly vessels of silver)*, பாணர்கள் *(singing boys)*, அழகிய பணிப்பெண்கள் *(beautiful maidens for the harem)* மற்றும் உயர்ந்த வகை மதுபானங்கள் *(fine wines)* போன்றவற்றைக் கொண்டு வந்திருக்கிறார்கள்.

இவ்விவரத்தைப் புறநானூற்றுப் பாடலோடு ஒப்பிட்டுப் பாருங்கள்:

யவனர் நன்கலம் தந்த தண்கமழ் தேறல்
பொன்செய் புனைகலத்து ஏந்தி நாளும்
ஒந்தோடி மகளிர் மடுப்ப மகிழ் சிறந்து

(புறம்: 56: 18-20)

நல்ல குப்பியில் யவனரால் கொண்டு வரப்பட்ட குளிர்ந்த மணம் உடைய மதுவைப் பொன்கலத்தில் எடுத்து வளையல் அணிந்த மகளிர் அளித்ததாகப் புலவர் கூறுகிறார். இதிலிருந்து நமக்குத் தெரிவது அந்தக் காலத்தில் நம் நாட்டு அரசர்கள் ஆடம்பரமாக வாழ்ந்திருக்கிறார்கள் என்பதுதான். எந்த ஒரு நாகரிகமும் *(civilization)* உச்சக்கட்டத்தை அடைந்த பிறகு கீழே விழும் என்று எனக்குத் தோன்றுகிறது. அதுபோலத்தான் தமிழகத்தில் நடந்திருக்கும் என்று நான் நினைக்கிறேன். அப்பொழுதே தமிழர்கள் நாகரிகத்தில் உச்சக்கட்டத்தை அடைந்து விட்டார்கள்.

செங்கடல் வழிகாட்டி - 53ஆம் பத்தி

இந்தக் குறிப்பில் *Damirica* எனப்படுவது தமிழகம். இங்கிருந்த முதன்மையான சந்தைகள்: நவ்ரா *(Naura)*, திண்டிஸ் *(Tyndis)*, முசிறிஸ் *(Muziris)* மற்றும் நெல்சிண்டாவைக் *(Nelcynda)* கூறலாம். நவ்ரா என்பது இன்றைய கண்ணனூர். திண்டிஸ் என்பது இன்றைய தொண்டி; இது மேற்குக் கடற்கரையிலுள்ள தொண்டி. நெல்சிண்டா என்பதைக் கோட்டயம் (அ) சேலையூர் (அ) சாலையூர் என்றும் கூறுகிறார்கள்.

புறநானூற்றில் பொய்கையார் பாடலில் தொண்டி பற்றிய குறிப்பு வருகிறது.

கோதை மார்பின் கோதையாகினும்
கோதையைப் புணர்ந்தோர் கோதையானும்,
மாக் கழி மலர்ந்த நெய்தலானும்,
கள் நாறும்மே, கானலம் தொண்டி;
அஃது எம் ஊரே: அவன் எம் இறைவன்
(புறம்: 48: 1-6)

செங்கடல் வழிகாட்டியில் திண்டிஸ் (தொண்டி)

மேற்குத் தொண்டியைப் பற்றிச் செங்கடல் வழிகாட்டி (54ஆவது பத்தி) இவ்வாறு கூறுகிறது. திண்டிஸ் செரோபத்ரவின் (சேரர்கள்) அரசில் உள்ளது. கடலினின்றும் சாதாரணமாய்க் காணக்கூடியது. முசிறிஸ் இதே அரசனிடம் உள்ளது, அரேபியாவினின்றும் வந்துள்ள கப்பல்களால் இப்பகுதி நிறைந்திருக்கும். இது நதி கடலில் கலக்குமிடத்தில் உள்ளது. அது பேரியாறு கடலில் சேருகிற இடத்தில் இருக்கிறது என்று குறிப்பிடுகிறது.

அகநானூற்றில் முசிறி

அகநானூற்றில் முசிறியைப் பற்றிப் பின்வரும் பாடல் பேசுகிறது:

வாரேன் வாழி, என் நெஞ்சே! சேரலர்
சுள்ளிஅம் பேரியாற்று வெண் நுரை கலங்க,
யவனர் தந்த வினை மாண் நன் கலம்
பொன்னோடு வந்து கறியோடு பெயரும்
வளம் கெழு முசிறி ஆர்ப்பு எழ வளைஇ.
(அகம்: 30: 10-15)

சேர அரசரது சுள்ளியாகிய பேரியாற்றினது (பேரியாறு என்பது இன்றைய பெரியாறு) வெண் நுரை சிதற யவனர்கள் கொண்டு வந்த தொழில் மாட்சிமைப்பட்ட நல்ல மரக்கலம் - அந்தப் பெரிய கப்பல்களுடன் யவனர்கள் வந்திருக்கிறார்கள் (ஐயோன்னஸ் என்ற ஊரில் இருந்து வருபவர்களுக்கு எல்லாம் யவனர் என்று பெயர். ஐயோன்னஸ் என்பது கிரேக்க (Greece) நாட்டில் உள்ளது) பொன்னோடு வந்து கறியோடு பெயரும் என்பது தங்கத்தோடு வந்து மிளகு ஏற்றிக் கொண்டு திரும்பிச்செல்வார்கள். அதனால் வளம் கெழு முசிறி - வளம் பொருந்திய முசிறி என்னும் பட்டினம்

ஆரவாரம் மிகுந்து காட்சியளிக்கும் என்பதாகும்.

செங்கடல் வழிகாட்டி - 58ஆவது பத்தி

Excerpt: [Beyond Bacare, there is another place called Comari, at which are the cape of Comari and a harbour; hither come those men who wish to consecrate themselves for rest of their lives, and bathe and dwell in celibacy; and women also do the same; for it is told that a Goddess once dwelt here and bathed.]

பரேஸ் (இன்றைய கோட்டயம்) தாண்டிய பின்னர் குமரி (Comari) என்று ஒரு இடம் இருக்கிறது. குமரியைப் பற்றி எழுதும்போது குமரிமுனை மற்றும் துறைமுகம் (Cape of Comari and a harbour) என்று குறிப்பிட்டுள்ளனர். இது கொஞ்சம் முக்கியமான விசயம் என்று தோன்றியதால் இதனைப் பற்றி விவரம் தேடினேன். அதனுடைய சான்று மணிமேகலையில் கிடைத்தது.

பார்ப்பனி சாலி காப்புக்கடை கழிந்து
கொண்டோன் பிழைத்த தண்டம் அஞ்சித்
தென்திசைக் குமரி ஆடிய வருவோள்
(மணிமேகலை 13: 5-7)

இங்குச் சற்று கவனித்தால் பெரிப்ளசு (Periplus) நூல் எழுதப்பட்டது கி. மு. முதலாம் நூற்றாண்டில், அதாவது மணிமேகலை எழுதப்பட்டதற்கு குறைந்தது இருநூறு வருடங்களுக்கு முன்னால். மணிமேகலை கி. பி. 3ஆம் நூற்றாண்டில் எழுதப்பட்டது என்று அறிகிறோம்.

காசித் திருப்பதியின் கண்ணுள்ள ஓர் அந்தணனும், மறைகளை ஓதுவிப்போனும் ஆகிய அபஞ்சிகன் என்பானது மனைவியாகிய சாலி என்பவள் தனது கொழுநனுக்குப் பிழை புரிந்தமையாலும் தண்டத்திற்குப் பயந்து, தென்திசையிலுள்ள குமரியின் கண் நீராடும் பொருட்டு வருகின்றாள். இந்தப் பாடலுக்கும் பெரிப்ளசு நூல் குறிப்பிற்கும் என்ன தொடர்பு என்றால் வாய்மொழிக்கதைகள் நிறைய இருக்கின்றன. எழுத்து தோன்றுவதற்கு முன்னரே பல காலமாக வாய்மொழிக்கதைகள் இருந்தன என்பதற்கு இது ஒரு எடுத்துக்காட்டு.

செங்கடல் வழிகாட்டி - 60ஆவது பத்தி

Excerpt: [Among the market-towns of these countries, and the harbours where the ships put in from Damirica and from the north, the most important are, in order as they lie, first Camara, then Poduca, then Sopatma; in which there are ships of the country coasting along the shore as far as Damirica; and other very large vessels made of single logs bound together called sangara; but those which make the voyage to Chryse and to the Ganges are called colandia, and are very large,]

சங்கரா (Sangara) என்பது மரக்கலம். கொலந்தியா (Colandia) என்பது பெரிய கப்பல்கள் (vessels). இவை தமிழகத்தில் இருந்து வருவதைப் பார்த்திருப்பதாக நூலில் குறிப்பிடுகின்றனர். இந்தக் குறிப்பில் உள்ள இடங்கள் பற்றிப் பார்ப்போம்.

பொடுகா (Poduca) என்பது அரிக்கமேடு என்று முனைவர் விமலா பெக்லியின் (Dr. Vimala Begley) ஆய்விற்குப் பின் தெளிவாகத் தெரிய வந்துள்ளது. தொடர்ந்து பல ஆய்வுகளும் மேற்கொள்ளப்பட்டன. ரோம் நாட்டினருடன் இம்பீரியல் ரோமன் காலத்திலேயே கடல்வழி வர்த்தகம் செய்து கொண்டிருந்தது தெரிகிறது.

பென்சில்வேனியா பல்கலைக்கழக அருங்காட்சியகம் மற்றும் மெட்ராஸ் பல்கலைக்கழகம் சேர்ந்து நடத்திய அகழாய்வினால் ரோமானியர்களுக்கும் தமிழர்களுக்கும் இவ்விடத்தில் இருந்த வர்த்தகத் தொடர்பு உறுதிப்படுத்தப்பட்டது. முனைவர் விமலா பெக்லியுடன் இங்கு அகழ்வாய்வு மேற்கொண்ட இருவருடன் இந்த அகழாய்வு குறித்துத் தொடர்பு கொண்டேன். ஒருவர் அமெரிக்கா டெலவேர் (Delaware) பல்கலைக்கழகத்தைச் சேர்ந்த ஸ்டீவென் ஈ. சைட்போதம் (Steven E. Sidebotham) மற்றவர் ஆர். கிருஷ்ணமூர்த்தி, தினமலர் நாளிதழின் பதிப்பாளர். 59 மற்றும் 60ஆவது பத்திகளில் காணப்படுவதிலிருந்து தெரிவது என்னவெனில் அரிக்கமேடு அப்போதே நன்கு அறியப்பட்ட இடமாக இருந்திருக்கிறது.

அடுத்து வருவது கோல்ச்சி. கோல்ச்சி என்பது கொற்கையாகும். அதேபோல கமரா என்பது புகார் அல்லது காவிரிப்பூம்பட்டினம். சோபட்டினம் என்பது இப்போதைய சதுரங்கப்பட்டினம்

என்பதாகும்.

கமரா என்பது புகார்

புகார் அன்றே ஒரு சிறந்த துறைமுகம். அதைப் பற்றிச் சங்க இலக்கியத்தில் இவ்வாறுள்ளது.

யாங்கனம் பாடுவர் புலவர் கூம்பொடு
மீப்பாய் களையாது மிசைபரந் தோண்டாது
புகாஅர்ப் புகுந்த பெருங்கலத் தகாஅர்.
இடைப்புலப் பெருவழிச் சொரியும்
கடல்பல் தாரத்த நாடுகிழ வோயோ

(புறம்: 30: 10-14)

நான் ஒரு மாலுமியாக இருந்ததால் இந்த வரிகள் எனக்கு மிகுந்த ஆவலைத் தூண்டியவை. மீப்பாய் களையாது என்றால் பாயை இறக்காது என்று பொருள். அதேபோல மிசைபரந்தோண்டாது என்றால் சுமையைக் குறைக்காது என்று பொருள். அதாவது கூம்புடனே (கொடிக்கம்பம்) மேற்பறக்கும் பாயை இறக்காமல் அதன் பாரத்தையும் குறைக்காமல் கப்பல் துறைமுகத்தினுள் உள்ளே நுழைய முடிந்தது என்பது பொருள். அப்படியெனில் புகார் நல்ல ஆழம் கொண்டதாகவும் பரந்துபட்ட இடத்தைக் கொண்டதாகவும் இருந்துள்ளது என்பது தெளிவு.

Map 8.7 The Erythraean Sea, according to the *Periplus* (after Huntingford, 1980)

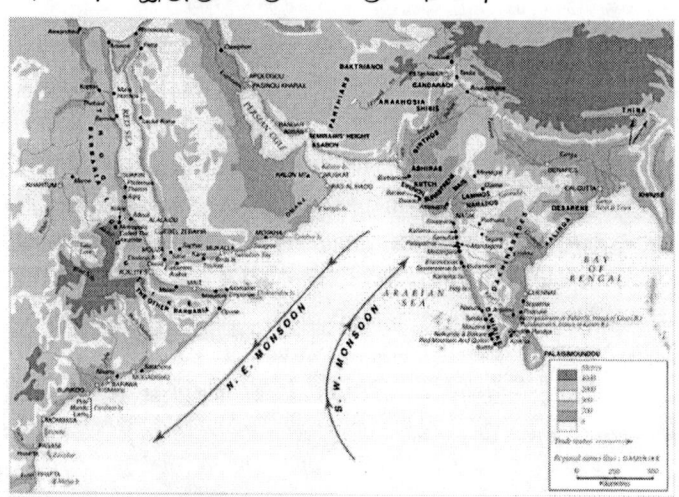

இன்று கூடப் பல துறைமுகங்களில் நுழையுமுன் கப்பல்கள் வேகத்தைக் குறைத்துக் கொண்டு வெளியிலேயே பாதி சரக்கை இறக்கி விட்டுத்தான் உள்ளே நுழைகின்றன.

புகாரில் என்ன பொருள் அதாவது சரக்கு வந்தது என்பதைப் பட்டினப்பாலை தெளிவாக்குகிறது.

நீரின் வந்த நிமிர் பரிப் புரவியும்
காலின் வந்த கருங் கறி மூடையும்
வடமலைப் பிறந்த மணியும் பொன்னும்,
குடமலைப் பிறந்த ஆரமும் அகிலும்,
தென் கடல் முத்தும், குண கடல் துகிரும்,
கங்கை வாரியும், காவிரிப் பயனும்,
ஈழத்து உணவும், காழகத்து ஆக்கமும்,
அரியவும், பெரியவும், நெரிய ஈண்டி
வளம் தலைமயங்கிய நனந் தலை மறுகு
(பட்டினப்: 185-193)

நீரின் வந்த நிமிர் பரிப் புரவியும்- நீர் வழியாக வந்த குதிரைகள். ஏனெனில் அக்காலத்தில் குதிரைகள் இந்தியாவில் கிடையாது. குதிரைகள் அரேபியாவிலிருந்து இறக்குமதி செய்யப்பட்டன.

காலின் வந்த கருங் கறி மூடையும் - தரைவழியாக வந்த கரிய மிளகு மூட்டையும்

இதை சிலப்பதிகாரமும் உறுதிசெய்கிறது.

கயவாய் மருங்கில் காண்போர்த்தடுக்கும்
பயன் அறவு அறியா யவனர் இருக்கையும்

அங்கே யவனர் தங்குமிடம் ஒன்று இருந்தது. வெளி நாட்டினர் வசதியுடன் தங்கியிருக்க முடிந்தது

கலம்தரு திருவின் புலம் பெயர்மாக்கள்
கலந்து இருந்து உறையும் இலங்கு நீர் வரைப்பும்
(சிலம்பு: 5: 9-12)

வெளிநாட்டிலிருந்து வந்தவர் கலந்திருந்து உறையும் அதாவது வேறுபாடின்றி சேர்ந்திருந்தனர். அதாவது சாதாரணமாக அவரவர் வாழ்க்கையை அவரவர் வாழ முடிந்தது என்பதாகும். ஆகையினால் அக்காலத்திலேயே நம் நாட்டினர் எவ்வாறு முன்னேறி இருந்தார்களென்று அறிந்து கொள்ளலாம்.

மதுரைக்காஞ்சி:

வான் இயைந்த இரு முந்நீர்ப்
பேஎம் நிலைஇய இரும் பௌவத்துக்
கொடும் புணரி விலங்கு போழக்
கடுங் காலொடு, கரை சேர,
நெடுங் கொடி மிசை, இதை யெடுத்து,
இன் னிசைய முரசம் முழங்கப்
பொன் மலிந்த விழுப் பண்டம்
நாடு ஆர நன்கு இழிதரும்,
ஆடு இயல் பெரு நாவாய்,
மழை முற்றிய மலை புரையத்
துறை முற்றிய துளங்கு இருக்கை,
தெண் கடல் குண்டு அகழிச்
சீர் சான்ற உயர் நெல்லின்
ஊர் கொண்ட உயர் கொற்றவ

(மதுரைக்காஞ்சி: 75-88)

பெரு நாவாய் என்பது பெரிய கப்பலைக் குறிக்கும். மதுரைக்காஞ்சியில் சாலியூரில் காற்றால் செலுத்தப்படும் பெரும் கப்பல்கள் பொன்னை இறக்கிப் பொருட்களை ஏற்றின. அப்பொழுது முரசு முழங்கியது. பாய்மரத்தில் அரசனின் அடையாளக்கொடி கட்டப்பட்டிருந்தது என்று கடல் வணிகம் பற்றிச் சொல்லப்பட்டுள்ளது.

மூத்த ப்ளினியின் கவலை

மூத்த ப்ளினியின் கவலை முக்கியமானது. முதல் நூற்றாண்டில் ரோமப் பேரரசில் முக்கியப் பதவியில் இருந்தவர் அவர். அவர் சொல்கிறார், நாற்பதே நாட்களில் கப்பல்கள் முசிறியைச் சென்றடையும். அங்கே ஆளும் மன்னர் சேரபுத்ரா; அதன் பக்கத்திலேயே இன்னும் சில துறைமுகங்களும் உள்ளன. மன்னன் பாண்டியன். அவர் தலைநகரம் மோதிரா. ப்ளினி மனம் நொந்து குறிப்பிடும் விஷயம் சிறப்பானது. இந்த வணிகத்தினால் ரோம் நாட்டவர், ஆண்டொன்றுக்கு அவர்கள் பணத்தில் சுமார் ஒன்றரை கோடி வரை இந்தியாவினின்றும் இறக்குமதியாகும் வாசனைப் பொருள்களில் செலவு செய்கின்றனர். இவ்வாறே செய்து கொண்டிருந்தால் நம் நாட்டின் கதி என்னவாகும்?. ரோம் நாட்டுப் பணம் எல்லாமே இந்தியாவுக்குப் போகிறதென்று அவர் கவலையடைந்தார்.

கொற்கை

கொற்கை, தாமிரபரணி ஆறு கடலில் கலக்குமிடத்தில் உள்ளது. கொற்கை, முத்து வியாபாரத்தில் முக்கியத்துவம் பெற்றிருந்தது. சங்க காலத்திலேயே சிறந்த துறைமுகப்பட்டினமாகவும் இருந்தது. கொற்கையில் மேற்கொண்ட அகழாய்வின் போது தமிழி எழுத்துக்கள் பொறித்த பானை ஓடுகள் கிடைத்திருக்கின்றன. அவை நவீன மேம்பாட்டுச் சோதனைகள் மூலம் அதாவது கரிமப்பகுப்பாய்வு (Carbon Dating) மூலம் மிகத் தொன்மையான காலத்தைச் சேர்ந்தவை என்று கணிக்கப்பட்டது. அதாவது பானை ஓடுகள் அம்பொரே (Amphore) வகையானவை. அம்பொரே ஜாடிகளில்தான் ஒயின் (wine) கொண்டுவரப்படும். அந்த ஜாடிகளின் சில்லுகள் இன்னும் அப்பகுதியில் காணக்கிடைக்கின்றன. இவை நம் நாட்டினர் கடல் வழியாக நல்ல வணிகத் தொடர்பு கொண்டிருந்ததற்குச் சான்றுகளாகும்.

சிறுபாணாற்றுப்படையில் கொற்கை பற்றிப் பேசப்படுகிறது.

> உளர் இயல் ஐம்பால் உமட்டியர் ஈன்ற
> கிளர் பூண் புதல்வரொடு கிலுகிலு ஆடும்
> தத்து நீர் வரைப்பின்கொற்கைக் கோமான்
> (சிறுபாண்: 60-62)

சங்க காலத் துறைமுகங்களும் வணிக மையங்களும்

மிகவும் செழிப்பான நகரம் கொற்கை. மதுரை முத்து வணிகத்தால் மேம்பட்ட நகரம் என்பதை மேற்கண்டவாறு சிறுபாணாற்றுப்படை விவரிக்கின்றது. குழந்தைகள் விளையாட்டாகப் பயன்படுத்தும் கிலுகிலுப்பையில் கற்களுக்குப் பதிலாக முத்துக்கள் போடப்படுமாம்! இதை உயர்வு நவிர்ச்சியாக எடுத்துக்கொள்ளலாம். ஆனாலும் கூட இப்பாட்டிலிருந்து அவ்வூரின் செழுமை

நன்றாகப் புலப்படுகிறது.

சங்ககாலத் துறைமுகங்களில் கிழக்கில் சிறந்தவை கொற்கை, அழகன்குளம், காவிரிப்பூம்பட்டினம், அரிக்கமேடு, நீர்ப்பெயற்று. இதில் தமிழ் ஆர்வலர்கள் சிலரோடு எனக்கு ஏற்பில்லாத கருத்துகள் சில உண்டு. அதில் முக்கியமானது குமரிக்கண்டத்தைப் பற்றியது. குமரிக்கண்டம் என்ற ஒன்று இருந்ததாக நான் ஏற்றுக் கொண்டதே கிடையாது. இன்றைய செறிந்த அறிவியல் அறிவுடன் கூடிய உலகில் அம்மாதிரியான நிலப்பரப்பு இருக்கவில்லை என்பது உறுதியாகியுள்ளது. தவிர மாமல்லபுரம் ஒரு சிறந்த துறைமுகம் என்பார்கள். அதையும் என்னால் ஏற்றுக் கொள்ளமுடியாது. மாமல்லபுரம் ஒரு துறைமுகமாக இருந்திருந்ததற்கான வாய்ப்பே இல்லை. இருந்திருந்தால் அது செங்கடல் வழிகாட்டியில் காட்டப்பட்டிருக்கும். ஆனால் இன்றைய மாமல்லபுரத்திற்கு அருகில் நீர்ப்பெயற்று என்று ஒரு சங்க காலத்தியத் துறைமுகம் இருந்துள்ளது. இவை எல்லாம் சங்க காலத்துத் துறைமுகங்கள். அழகன்குளம் ஒரு முக்கியமான நகரமாக இருந்துள்ளது.

செங்கடல் வழிகாட்டியில் கொற்கை

[From Comari towards the south region extends to Colchi, that is Korkai. Where the Pearl-fisheries, are; (they are worked by condemned criminals); belongs to Pandian Kingdom. Beyond Colchi there follows another district called the Coast Country, which lies on a bay and has a region inland called Argaru.]

இது முற்றிலும் கவனிக்கப்பட வேண்டியது. உள்நாட்டில் இருக்கும் இவ்வூர் அரகரு எனக் குறிப்பிடப்பட்டுள்ளது.

இப்பொழுது அவ்வூர் அழகன்குளம் என்று கண்டுள்ளனர். ஆய்வாளர் நீலகண்ட சாஸ்திரி அரகருவை உறையூர் என்றுதான் தமது நூலில் குறிப்பிட்டுள்ளார். அங்கே ஒரு பெரிய வணிகத்தளம் (*emporium*) இருந்துள்ளது. அது மண்டலத்தீவு (*region inland*) என்று சொல்லப்பட்டுள்ளது.

அழகன்குளத்தில் கண்டெடுக்கப்பட்ட மண்பாண்டச் சில்லு

புகாரைப் பற்றி செங்கடல் வழிகாட்டியில் நன்றாகவே சொல்லப்படுகிறது. Among the market-towns of these countries and the harbors put from Damirica and from the north, the most important are in order as the first Camara then Poduca, then Sopatma; in which there are ships of the country.

அழகன்குளத்தில் கண்டெடுக்கப்பட்ட மண்பாண்டச் சில்லு ஒன்று மிகவும் முக்கியமானது அதில் ரோமானியக் கப்பலின் உருவம் உள்ளது. இதுதான் நமக்குத் தெரிந்தவற்றில் பழமையான மண்பாண்டச் சில்லில் வரையப்பட்டுள்ள ரோமர் காலத்தைய கப்பலின் உருவம். எச்சங்கள் என்று பார்க்கையில் காலக் கணக்கை முக்கியமாகக் கவனத்தில் கொள்ள வேண்டும். மிகவும் பழமையான சான்று முன்னரே சொல்லப்பட்ட பெரும்பட்டன் கல். இது தூரக் கிழக்காசிய (Far East) நாடுகளில் ஒன்றான தாய்லாந்தில் கண்டுபிடிக்கப்பட்டது. அதாவது முன்னரே சொன்னது போல Starits of Malacca - அதாவது மலாக்கா நீரிணை மிக முக்கியமானதாகும். இன்றைக்கும் அது மிகவும் முக்கியமான ஒரு குறுகலான நீரிணையாகும். அதற்காகத்தான்

அதாவது இந்நீரிணையின் வழியே செல்லும் தமிழகத்துக் கப்பல்களைப் பாதுகாக்கத்தான் சோழர்கள் கடற்படையை அன்றே உண்டாக்கினர். பட்டன் என்றால் பொற்கொல்லர். பெரும்பட்டன் என்றால் அவர்களுக்குள் தலைவனாக இருக்கலாம். அக்கல் அங்கே கிடைத்திருக்கின்றதெனில் வணிகக்குழுமம் அங்கே இருந்திருக்கவேண்டும்.

இரண்டாவது, தாகுவாபா (*Takuapa*). இதில் இங்கே ஒரு குளம் வெட்டப்பட்டதாகக் குறிப்பிட்டுள்ளது. இது தமிழ்நாட்டிலிருந்து சென்ற மணிகிராமத்தார் எனப்பட்ட வணிகக் குழுமத்தினரால் வெட்டப்பட்டது. அவ்வணிகக்குழுமம் அங்கே இருந்திருக்கிறது. அவர்கள் பொது மக்களுக்காக ஒரு குளம் வெட்டியிருந்தார்கள்.

மூன்றாவதாக, பாரூஸ் (*Barus*) என்ற இடத்தில் மாசித் திங்களில் கப்பல் தலைவனால் ஒரு வகையான வரி செலுத்தப்பட்டது. அது வணிகக்குழுமம் மூலமாகத்தான் வசூலிக்கப்பட்டது. அரசுக்கும் வணிகக் குழுமத்திற்கும் சம்பந்தமே இல்லை. வணிகக்குழுமம் தாமாகவே இந்தப் பணியை மேற்கொண்டது. அடுத்து 12 அல்லது 13ஆம் நூற்றாண்டில் சீ தம்ராட்ங் (*Si Thammaret*) என்னுமிடத்தில் அதாவது பிராமணர்களுக்குக் கொடுக்கப்பட்ட இடம் பிரம்மதேயம் என்பது. தன்ம சேனாதிபதி (*Danma Senathipathi*) என்கிற ஒரு பெரிய வணிகர் மூலம் இப்பிரமதேயம் கொடுக்கப்பட்டது. ஆகையால் அங்கே ஒரு தமிழ்நாட்டுச் சமூகமே வாழ்ந்து கொண்டு இருந்தது உறுதியாகின்றது.

பகான் (*Pagan*) என்னுமிடத்தில் ஒரு விஷ்ணு கோவில் கட்டப்பட்டது. இது 4, 8, 11, 12 அல்லது 13ஆவது நூற்றாண்டு வரைத் தொடர்ந்து ஒரு சமூகம் தூரக்கிழக்கு நாடுகளில் வாழ்ந்து கொண்டிருந்ததை உறுதிப்படுத்துகின்றது. இவற்றையெல்லாம் விடச் சிறந்ததாக நான் எண்ணுவது, க்வான்ஷு (*Guangxi*) என்னுமிடத்தில் (அது தெற்குச் சீனா பகுதியைச் சேர்ந்தது. சமீபத்தில் அங்கே ஒரு ஒலிம்பிக் விளையாட்டு நடந்தது) தமிழகத்து வணிகக் குழுமம் ஒன்று செயல்பட்டுக் கொண்டிருந்தது. ஒரு வணிகர் இந்தத் துறைமுகத்தில் ஒரு கோவில் கட்டியுள்ளார். அவருடைய பெயர் சம்பந்தப் பெருமாள் என்கிற தவச்சக்ரவர்த்தியென்று அங்கே உள்ள கல்வெட்டு சொல்கிறது. அப்போது அந்நாட்டின் அரசன் சைக்காகான் என்பவர்தான் அவ்விடத்தைக் கொடுத்துள்ளார். ஆகையால் கோவில் கட்டி

அங்கு சிவபெருமானைப் பிரதிஷ்டை செய்து மூலவருக்குச் சைக்காகான் கொடுத்ததனால் திருக்கானீஸ்வரர் என்று பெயர் சூட்டிவிட்டார்.

இந்தக் கல் கிடைத்தபோது அது எழுதப்பட்ட மொழி எதுவெனத் தெரியவில்லை. தாய்லாந்து அருங்காட்சியகத்தில் இருந்தது. டி. எஸ். சுப்பிரமணியம் என்னும் ஆய்வாளர் 20ஆம் நூற்றாண்டின் தொடக்கத்திலேயே அம்மொழி தமிழ் என்று கண்டறிந்தார். மேலும் இறுதியில் சீன மொழியும் இருந்தது என்றும் தெரிந்து கொண்டார். க்வான்ஷு என்ற துறைமுகத்தில் கண்ட இந்தக்கல் மேலே தமிழில், கீழே சீனமொழியில் என்று இரண்டு துண்டுகளாக இருந்தது.

அதில் எழுதி இருப்பது:

1. **ஹர ஸவஸ்திஸ்ரீ சகாப்தம் 1203 - (எண்பது வருடங்கள் கூட்டிக் கொள்ள வேண்டும்)ஆகையால் அது 1283 ஆகும்.**
2. **சித்திரை நாள் ஸ்ரீ சைக்காக்கான் திருமேனிக்கு நன்**
3. **றாக உடையார் திருக் (கா)**
   நீசுவரமுடை நாயனாரை
4. **..ஏறியருளப் பண்ணினார் சம்பந்தப்**
   பெருமாள்
5. **ஆன தவச்சக்கிரவர்த்திகள்**
   செக்(கா)தான் பரமாணப
6. **படி**

குறிப்பு: பரமணம் என்பது பிரமாணத்தைக் குறிக்கும்.

இது ஒரு சர்வதேச வணிகம் *(International Integration)* ஆகும். இப்போது நாம் மதச்சார்பின்மை *(secularism)* என்பதைப் பற்றிப் பேசுகிறோம். இங்கு காணப்படுவதுதான் உண்மையான மதச்சார்பின்மை. இவ்விடத்தில் ஒரு சிவன் கோவில் கட்டி சிவனுக்கே திருக்கானீஸ்வரர் என்று பேர் வைத்திருக்கிறார்கள். இதை எப்படி நம்மால் மறக்க முடியும். ஆனால் நாம் மறந்து விட்டோம். இரண்டு விசயங்கள் நான் அடிக்கடி சொல்வேன். 1. நம் ஆய்வாளர்களில் சிலர் சரியாக ஆய்வு செய்வதில்லை. 2. நமது முன்னோர்கள் சரியாகப் பதிவு செய்யவில்லை (இப்போது கண்ட கல் போன்றதைத் தவிர). பல ஆய்வாளர்கள் பதிலை வைத்துக் கொண்டு கேள்வியை உண்டாக்குகிறார்கள் அதாவது, விருப்பு, வெறுப்பு இல்லாது நாம் பார்த்தால்தான் ஆய்வு என்று அதைச்

சொல்ல முடியும். என்னால் முடிந்தவரை நான் அம்மாதிரிதான் செய்துள்ளேன்.

கலந்துரையாடல்:

கேள்வி: Periplus of Erythraean sea இந்தநூலை ஒட்டித் தமிழில் ஏதேனும் நூல்கள் வெளிவந்திருக்கின்றனவா?

பதில்: யாரும் எழுதியதாக எனக்குத் தெரியவில்லை. நான் தான் செங்கடல் வழிகாட்டின்னு எழுதி இருக்கேன். மற்றவர் யாரும் எழுதினதாக எனக்குத் தெரியவில்லை. எனக்குத் தெரிந்தவரை இல்லை.

முனைவர் க. சுபாஷிணி கருத்தும் கேள்வியும்: இரண்டு தமிழாக்கங்கள் இருக்கின்றன திரு. நரசய்யா. நான் நினைக்கிறேன்- ஏறக்குறைய 1956 - அந்தக் காலகட்டத்தில் ஒரு தமிழாக்கம், Periplus of the Erythraean sea வந்திருக்கிறது. பிறகு இன்னொரு நூலும் வந்திருக்கிறது. நான் அதை வாசித்த பிறகுதான் உங்களைத் தொடர்பு கொண்டேன். அதாவது வேறு வகையில அந்த ஆய்வுகளை இன்னும் ரோமானிய ஆவணங்களுடன் (documents) நேரடியாகத் தொடர்புபடுத்தி வைத்துப் பார்க்கலாம். அதனை இன்னும் செம்மைப்படுத்த வேண்டிய தேவை இருக்கிறது என்று நான் நினைக்கிறேன். அதனால்தான் நான் முன்பு உங்களைத் தொடர்பு கொண்டு இதுபற்றிப் பேசினேன். அதனைச் செம்மைப்படுத்தி எழுதுவதுப் பற்றி யோசிப்போமா?

பதில்: எழுதலாம். நிச்சயமாக எழுதலாம்.

முனைவர் க. சுபாஷிணி கருத்தும் கேள்வியும்: அது ஒரு நல்ல முயற்சியாக நிச்சயமாக இருக்கும். கிரேக்கத்தில் உள்ளதன் நேரடி மொழி பெயர்ப்பு தமிழில் முழுமையாக எழுத வேண்டும்.

பதில்: எனக்கென்ன ஆச்சரியம் என்றால், இது எழுதப்பட்டது கி.பி 84. முதல் நூற்றாண்டு. பேச்சுமொழியில் எழுதப்பட்டது, இது எழுத்து மொழி கிடையாது. அதை எழுதியவர் சாதாரண மாலுமி. ஆனால் இவ்வளவு விளக்கமாக எழுதி இருக்கின்றார் பாருங்கள். நம்ம ஆளுங்க யாருமே அந்த மாதிரி எழுதவில்லை என்பதுதான் எனக்கு ரொம்பக் கவலை.

முனைவர் க. சுபாஷிணி கருத்தும் கேள்வியும்: அந்த மரபை (tradition) நான் தொடர்ச்சியாகப் பார்க்கிறேன் திரு.

நரசய்யா. எப்படியெனில் இப்போது நான் ஐரோப்பாவில் *(Europe)* இருப்பதனால் என்னால் அதைப் பார்க்க முடிகிறது. ஏனென்றால், விளக்கமாகச் *(descriptive)* சொல்லக்கூடிய முயற்சி, அனைத்தையும் விளக்கமாக ஆவணப்படுத்த வேண்டும் என்பதுதான் அடிப்படை. சொல்லுகின்ற விசயங்களை நுணுக்கமாகவும் சிறப்பாகவும் ஒவ்வொன்றையும் நுணுக்கமாகச் சொல்லக்கூடிய மரபு ஐரோப்பியர்களுக்குத் தொடர்ச்சியாக இருப்பதைத்தான் நாம் பார்க்கிறோம். அதனால்தான் ஃப்ரான்ஸில் எனக்குப் பார்க்கக் கிடைத்த ஒரு ஆவணம் *Castes et professions de l Inde* என்று இந்த பிரெஞ்சு நூலின்பெயர். இன்னும் மலைப்பாக இருக்கிறது. அது 1830ஆம் ஆண்டில் கேமரா *(camera)* இல்லாத அந்தக் காலகட்டத்திலேயே ஓவியர்களை வைத்து வரைந்திருக்கிறார்கள். ஒன்றைக்கூட விட்டுவிடக்கூடாது. அது முக்கியமில்லை, இது முக்கியம் என்று அவர்கள் நினைக்கவில்லை. பார்க்கிற ஒவ்வொருவரையுமே, எப்படி கசாப்புக் கடைக்காரர்கள் இருக்கின்றார்கள், எப்படி நூல் நூற்கிறவர் இருக்கின்றார்கள், அதைப் போல எழுத்தர்னு ஒரு சின்னக் கூடாரம் போட்டுக் கொண்டு ஒரு எழுத்தர் உட்கார்ந்திருக்கிறார். இதெல்லாம் ஒரு தொழிலாக 180 ஆண்டுகளுக்கு முன் இருந்திருக்கிறது என்பதைக் காட்டக் கூடிய ஒரு ஆவணமாக இருக்கிறது. இதுவும் அந்தப் பண்பாட்டின் தொடர்ச்சி. ஆரம்ப காலத்திலேயே அவர்கள் தாம் எதைப் பார்த்தார்களோ, அனுபவித்தார்களோ, அதை நுணுக்கமாக எழுதி இருக்கிறார்கள். அவை தான் நமக்கு இன்றைக்குப் பல்வேறு தகவல்களை அறிந்து கொள்வதற்கு அடிப்படை வாய்ப்பாகவே இருக்கிறது. அதை நாம் மறுக்கவே முடியாது.

பதில்: அதே போல் மகாபலிபுரத்தில் பல்லவன் கோவில் கட்டினான்னு சொல்றாங்க. பல்லவனின் பெரிய துறைமுகம் இருக்குன்னு சொல்றாங்க. பல்லவன் பெரிய படை வைத்திருந்தான். என்னைப் பொறுத்தமட்டில், பல்லவனுக்கு சிலோன் *(Ceylon)* போனதோட சரி. அதுக்கும் மேல வேற எங்கும் போன மாதிரி தெரியவில்லை. சிலோன் வரைக்கும் தான் பல்லவர்கள் அதுவும் சிறிய கப்பல்களில்தான் போயிருக்கிறார்கள். மாமல்லபுரம் ஒரு துறைமுகமாக இருந்திருக்க முடியாது என்பதற்கு 2 காரணங்கள் நான் சொல்வேன். முதலில், *any man with proper mind will never select the place of rocky place for the harbour to start with.* அதான் முதல், பாறை *(rock)* இருக்கிற இடத்தில்

துறைமுகம் கட்டமாட்டார்கள். இரண்டாவது எங்கே நதி கலக்கிறதோ, அந்த இடத்தில் தான் துறைமுகங்கள் இருந்துள்ளன உலகம் முழுதும் அவ்வாறுதான். மண்டகப்பட்டுங்கற இடத்தில் பல்லவன் சொல்றான், இந்த மாதிரி நான் ஒரு கோவில் கட்டப் போகிறேன். அந்தக் கோவில் - சுண்ணாம்பு கிடையாது. காரை கிடையாது. ஒண்ணும் கிடையாது. கல்லுலேயே கட்டப் போறேன்னு சொன்னான் - கட்டினான். கூறியது போலவே அந்தப் பல்லவன் என்ன பண்ணிருக்கனும். (நாம நினைச்சுப் பார்க்கணும் இதை). அவன் போயிருக்கனும் எல்லா இடத்திலும் போய், நல்ல கருங்கல் பாறை கிடைக்கிறதான்னு தேடி பார்த்திருக்கணும் இந்த கோவில் கட்டுறதுக்கு, அப்படி அதனைத் தேடிக் கொண்டு வந்த போது மாமல்லபுரம் வருகிறான். ஏனென்றால் பல்லவன் ஊருக்குப் பக்கத்தில் மகாபலிபுரம் இல்லை. தூரத்தில் இருக்கிறது. அதாவது, இவ்வளவு தூரத்தில தான் அவங்களுக்கு பாறை கிடைச்சதுங்றதில இருந்து நாம தெரிஞ்சுக்கலாம். நல்ல கல். அதுவும் கருங்கல். *Granite Stone*. இந்த மாதிரி இடம் இவங்களுக்கு கிடைத்ததால் கோவில் கட்ட ஆரம்பிச்சாங்க. இந்த இடத்தைப் போய் நம்ம துறைமுகம் இருந்துச்சுன்னு சொல்றப்ப எனக்குக் கொஞ்சம் சிரிப்புதான் வருது. ஏன்னா, ஒரு இடத்திலயும் இதைப் பற்றி சான்று இல்லை. ஒரு *nearest port mentioned in sangam literature is neerpeyatru. The nearest port mentioned in Periplus is sathurangapatinam.* மசூலிப்பட்டினத்தை, கொற்கையை, குமரியை பெரிப்ளசு எழுதியவன் குறிப்பிடுகிறான். எல்லாத்தையும் சொல்லும்போது துறைமுகம் *(port)* இருந்திருந்தால் சொல்லி இருப்பான் இல்லையா? ஆனாலும் பல்லவர் காலம் மிகவும் பிற்பட்டது. இருந்தாலும், ஏதாவது ஒர் அடையாளம் இருந்திருக்கணும் இல்லையா? என்பது தான் என்னுடைய கருத்து.

கேள்வி: அந்தக் காலத்தில் இருந்த கடல் வழிப்பாதைகள் இன்றைக்கும் பயன்பாட்டில் இருக்கின்றனவா? அல்லது புதிய, புதிய கடல் வழிப்பாதைகள் எப்பொழுது தோன்றின?

பதில்: ஒண்ணு நினைச்சுப்பாருங்க. உங்க வீட்டிலிருந்து இன்னொரு வீட்டுக்குப் போகணும்னு நினைத்துக் கொள்ளுங்கள். நீங்க ஏதோ ஒரு வழி கண்டுபிடிச்சுத்தானே போவீங்க, ஏதோ ஒரு பாதையிலே போவீங்க. நடுவுல முள் இருந்ததுன்னா சுத்திப் போவீங்க. ஒரு தைரியசாலியா இருந்தா அதைச்சரி செய்துவிட்டுப்

போவீங்க. போய் ஒரு ரோடு போட்டு, அப்புறம் போவீங்களா? எது சுலபமாகச் செய்யக்கூடியதோ அதைச் செய்வாங்க. கடல்வழியும் அதே மாதிரிதான். இங்க இருந்து, அங்க போறதுக்கு எளிதாக இருந்தால் போலாம். கொஞ்ச காலம் ஆப்பிரிக்காவைச் சுத்தி, சுத்தி வந்துகிட்டு இருந்தோம். இதே மாதிரி எத்தனை நாள் போறது. நடுவுல ஒரு கால்வாய் வெட்டிட்டா என்னன்னு *1869* ஆம் ஆண்டில் ஒரு கால்வாய் வெட்டி, அதற்கு சூயஸ் கால்வாய் *(Suez Canal)* என்று பேர் வைச்சாங்க. அதுக்குப் பின்னாலே பனாமா கால்வாய் *(Panama Canal)* வந்தது. இது பரிணாம வளர்ச்சி. இது ஒன்னும் உருவாக்கம் *(creation)* இல்லை. ஆனாலும் சில இடங்கள் அப்படியே, நிரந்தரமாக இருக்கின்றன. நான் சொன்னேன் இல்லையா மலாக்கா ஸ்டேட்ங்கறது, அந்தக் காலத்தில இருந்து, இந்தக் காலம் வரைக்கும் அதனுடைய முக்கியத்துவம் அப்படியே இருக்கிறது. மாறவே இல்லை. சோழர்கள் படை எடுத்துச் சென்றார்கள். ஆக்கிரமிப்பதற்காக அல்ல. அது நான் முதல்ல இருந்தே சொல்லிட்டு இருக்கேன். அதாவது வணிகத்தைக் காப்பாற்றுவதற்காகத்தான் சோழர்கள் படை எடுத்தார்களே தவிர ஆக்கிரமிப்பிற்காக அல்ல.

முக்கியமான விசயம் நான் சொல்ல வேண்டியது நம்ம ஏற்றுமதி, இறக்குமதி செய்தது பொருள்களும், சாமான்களும் மாத்திரமல்ல. கலாச்சாரமும். அதுதான் முக்கியமான விசயம். எல்லா இடத்திலேயும் போய்ப்பாருங்க, நம்ம கலாச்சாரம் இறக்குமதியாகியிருக்கு. அங்கே இருந்து கொண்டு வந்திருக்கோம். வெறும் சரக்கைக் கொண்டு போய் கொடுக்கறது ஒண்ணுமில்லை. அது இன்றும் நடந்துகொண்டு தான் இருக்கிறது. நிரந்தரமாக நிலைக்கச் செய்தது இந்த வணிகக்குழுமங்கள் தான். அங்கங்கே ஒரு குளம் தோண்டுகிறான், ஒரு கோயில் கட்டுறான்னா, அதுக்கு என்ன அர்த்தம்? அவன் பண்பாட்டை நிலை நிறுத்துகிறான் என்று தானே அர்த்தம்.

யூடியூபில் இந்த உரையைக் காண்பதற்கான QR கோட்:

5. என் இலக்கிய உலகம்

ॐ▽ॐ

நான் பணிநிறைவு பெற்ற பிறகுதான் புத்தகங்கள் எழுதத் தொடங்கினேன். அதற்கு முன் சிறுகதைகள் நிறைய எழுதியிருக்கின்றேன். பணியில் இருக்கும்போது எழுதிய ஒரே நூல் கடலோடி மட்டும்தான். இதுவரை கடலோடி பதிமூன்று பதிப்புகளாக வெளிவந்திருக்கிறது. அதனால் அது ஒரு பிரபலமான நூல். எனக்கு இதை எழுதும்போது தமிழில் அதிகம் வார்த்தைகளே தெரியாது. நான் சிறுவயதிலேயே கடற்படைப் பணியில் சேர்ந்து விட்டேன். அங்கு ஆங்கிலம்தான். அந்தக்காலத்தில் இந்தி கூட அதிகம் கிடையாது. ஆங்கிலத்தில் எனக்கு நிறைய வாசிப்பு அனுபவம் இருந்தது. ஆங்கிலம் அதிகம் வாசிப்பதற்கு என்னுடைய அதிகாரிகளும் காரணம். முதல் கட்டுரையில் நான் குறிப்பிட்டது போல் பியர்ஸ் (Pearce) என்ற ஓர் ஆங்கில அதிகாரி இருந்தார். மிகவும் நல்ல மனிதர். ஒவ்வொரு குழுவுக்கும் ஒரு வழிகாட்டி (Mentor) இருப்பார். பியர்ஸ் அப்பொழுதே வயதானவர். நாங்கள் அவர்களைப் பார்க்கச் சென்றால் அவரும் அவருடைய மனைவியும் எங்களை அவர்களுடைய மகன்களைப் போலவே பார்த்துக் கொள்வார்கள்.

அவர் ஒருநாள் என்னைப் பார்த்து நீ புத்தகம் வாசிப்பதில் இவ்வளவு ஆர்வமாக இருக்கிறாயே? நீ ஏன் நூலகத்திற்குப் பொறுப்பாகச் செல்லக்கூடாது என்று கேட்டு என்னை சிவாஜி நூலகத்திற்குப் பொறுப்பாளராக நியமித்தார். ஒரு பயிற்சியாளரை (Apprentice) நூலகராக இருக்கச் சொல்வது அதுவே முதல் முறை. நூலகம் சென்றதும் படிக்கும் ஆவல் அதிகமாகியது. ஏனென்றால் அங்கு நிறைய நூல்கள் இருந்தன. நூலகத்திற்குச் சில தமிழ் இதழ்களை வாங்கலாமா என்று நான் கேட்டேன். அவரும்

வாங்கிக் கொள்ளலாம். அதெல்லாம் உங்களுடைய விருப்பம். நூறு ரூபாய்க்கு நீங்கள் எந்த நூல் வேண்டுமானாலும் வாங்கிக் கொள்ளலாம் என்றார். அந்தக்காலத்தில் நூறு ரூபாய் அதிகத் தொகைதான். நான் கலைமகள், ஆனந்த விகடன் ஆகிய இரண்டு இதழ்களுக்கும் சந்தா கட்டினேன். சந்தா கட்டியதிலிருந்து நூலகத்திற்கு வருவதற்கு ஒரு மாதம் ஆகிவிடும். அப்படித்தான் எனக்கு அப்போது தமிழ் படிப்பதற்கு வாய்ப்புக் கிடைத்தது. ஆனால் முக்கியமாக ஆங்கிலத்தில் படிப்பதற்கு மிகுந்த ஆர்வம் இருந்தது. கடற்படையில் Books of Reference (BR) என்று சில நூல்கள் வாசிப்பதற்குத் தயார் செய்திருந்தனர். இரண்டாம் உலகப் போரின் ஒவ்வொரு முக்கிய நிகழ்வையும் நூலாக்கி அவற்றை BR என்று வெளியிட்டனர். அவற்றை அந்த நூலகத்தில் கண்டேன். அவற்றில் இரண்டு நூல்களை உடனே வாசித்தும் விட்டேன். அவற்றைப் படிப்பதில் எனக்கு மிகுந்த ஆர்வமாக இருந்தது. இரண்டுமே கடல், கப்பல் சார்ந்த போர் நூல்கள்தான். ஒன்று சிங்க்கிங் ஆஃப் தி பிஸ்மார்க் (sinking of the Bismarck). அந்த ஜெர்மானியக் கப்பலை எப்படி மூழ்கடித்தார்கள் என்பது பற்றிய நூல்.

அப்போதைய இங்கிலாந்துக் கடற்படையின் ஒரு பெரும் கப்பலான எச் எம் எஸ் ஹுட் என்ற கப்பலை ஜெர்மானியக் கப்பலான பிஸ்மார்க் மூழ்கடித்தது. அதற்குப் பழிக்குப் பழியாக அன்றைய இங்கிலாந்துப் பிரதமர் வின்ஸ்டன் சர்ச்சில் சிங்க் தி பிஸ்மார்க் என்று கடற்படைக்கு ஆணையிடுகிறார். ஒரு நாவல் படிப்பதைப் போல இருந்தது அந்த நூல். இரண்டாவது நூல் சிங்க்கிங் ஆப் த கிராம்ஸி (sinking of the Graf Spee). இதுவும் ஒரு ஜெர்மானியக் கப்பல் தான். ஒரு சாதாரண நிகழ்வை இவ்வளவு ஆர்வம் ஊட்டக் கூடிய வகையில் சொல்ல முடியுமா? என்று ஆச்சர்யமாக இருந்தது. வாழ்க்கையில் நடக்கக்கூடிய நிகழ்வுகளை இதைப் போல நாமும் சொல்லலாமே என்று நானும் நினைத்தேன். அதற்குப் பிறகு எனக்கு வாசிப்பதில் ஆர்வம் மிகுந்தது. இன்னும் நிறைய வாசிக்க ஆரம்பித்தேன். நான்கு வருடங்கள் கப்பல் பற்றிய புத்தகங்களில் மூழ்கிக் கிடந்தேன்.

முதலில் நான் ஆரம்பித்தது நிக்கோலஸ் மான்ஸ்ராட் (Nicholas Monsarrat) என்கிற ஆசிரியருடைய நூல். அந்த நூலினுடைய பெயர் க்ரூயல் சீ (Cruel Sea). அந்த நூல் என்னை மிகவும் பாதித்தது. கடலில் நடக்கக்கூடிய நிகழ்வுகளை எல்லாம் இந்த

நூலில் அவர் எழுதியிருக்கிறார். நகைச்சுவை மிகுந்த டாக்டர் சீரிஸ் (*Doctor Novel series*). அதில் ஒன்று கடலைப் பற்றிய நூல். எழுதியவர் ரிச்சர்டு கார்டன் (*Richard Gordon*). மிகவும் ஆர்வம் தரக்கூடிய நூல். மிகவும் நகைச்சுவையான நூலும் கூட. சாதாராண நிகழ்வுகளைக் கூட ஆங்கிலத்தில் இவர்கள் இவ்வளவு அழகாக எழுதும்போது தமிழில் ஏன் எழுதக்கூடாது என்று நான் நினைத்தேன். ஆனால் அது போன்ற நூல்களைத் தமிழில் யாரும் படிக்க மாட்டார்கள் என்று நண்பர்கள் சாதாரணமாகச் சொல்லி முடித்து விட்டார்கள். நானும் அப்படியே நினைத்து விட்டுவிட்டேன். என்னுடைய கடற்படை வாழ்வின் இறுதி மூன்று வருடங்களை விமானம் தாங்கிக் கப்பலான விக்ராந்தில் கழித்தேன். அங்கும் என்னையே நூலகப் பொறுப்பாளராக நியமித்தனர். அப்போது இன்னும் நிறைய நூல்களை என்னால் கப்பலுக்காக வாங்கவும் முடிந்தது. எனக்குப் பிடித்த முன்னணி எழுத்தாளர்களான சாமர்செட் மாகம் (*Somerset Maugham*) நூல்களெல்லாம் இருந்தன.

எர்னஸ்ட் ஹெமிங்வே (*Ernest Hemingway*) எழுதிய *The Old man and Sea* என்கிற நூல் பார்ப்பதற்கு மிகவும் சிறியது. ஆனால் **1954**ஆம் ஆண்டில் நோபல் பரிசு பெற்ற நூல். இதற்கு எவ்வாறு நோபல் பரிசு கொடுத்தார்கள் என்று நமக்கு நினைக்கத் தோன்றும். ஏனெனில் அது அளவில் மிகச்சிறிய நூலாகும். இதை நாவல் என்ற வகையில் சேர்க்க முடியாது என்றெல்லாம் இந்நூலைப் பலர் விமர்சனம் செய்திருந்தனர். இது லைஃப் (*Life*) என்ற பத்திரிகையில் ஒரே இதழில் ஒரே சிறுகதையாக மட்டும் வெளிவந்தது. அதனால் இதற்கு எப்படிப் பரிசு கொடுக்க முடியும் என்று பலர் விவாதித்தார்கள். ஆனால் அந்த ஒரே இதழின் **1952**ஆம் ஆண்டு செப்டம்பர் மாத வெளியீட்டில் இந்தச் சிறுகதை மட்டுமே வெளியிடப்பட்டபோது **5** மில்லியன் **300** ஆயிரம் இதழ்கள் விற்பனையாகின. இதுவரை இச்சாதனை முறியடிக்கப்படவில்லை. ஒரே ஒரு சிறுகதையை மட்டுமே வெளியிட்டு இவ்வளவு விற்பனை ஆனதால் நோபல் பரிசுத் தேர்வுக்குழு பரிசுக்குத் தேர்வு செய்தது.

இந்த நூலில் இரண்டு மூன்று செய்திகள் என்னை மிகவும் கவர்ந்தன. அதாவது ஒரு வாக்கியத்தில் தேவையற்றதென்று ஒரு சொல் கூட இருக்காது. வந்த சொல்லே மீண்டும் வராது. நம்மால் பார்க்க முடியாத பல வார்த்தைகளைப் படிக்கும்போது தெரிந்து

கொள்ள முடியும். இதைப் படித்ததும் இதே போல எழுத வேண்டும் என்ற ஆர்வம் உண்டானது. இந்த நேரத்தில் நான் இன்னும் எனது வாசிப்பைத் தொடர்ந்தேன். எழுத ஆரம்பித்தேன். மாரி காரலி *(Mary Kaarali)*, டி. எச். லாரன்ஸ் *(D. H. Lawrence)* போன்ற பலரது நாவல்களைப் படிக்க ஆரம்பித்தேன்.

விக்ராந்தில் இப்படி நான் நிறைய வாசித்த பிறகு ஏதாவது செய்ய வேண்டும் என்று தோன்றியது. ஆனால் தமிழில் இப்படி யாரும் எழுதுவதும் கிடையாது. படிப்பதும் கிடையாது. தமிழில் பெண்ணைத் துன்பப்படுத்துவது, கஷ்டப்படுத்துவது இப்படியான நூல்களே அதிகம். துன்ப உணர்வுகளுக்கு முக்கியத்துவம் தரக்கூடியவை. நான் ஆங்கிலத்தில் எழுதியவையெல்லாம் வெளியிடப்பட்டு விட்டன. தமிழில் ஏன் எழுதக் கூடாது என்று நண்பர் கேட்டார்.

விக்ராந்தில் 1500 பயணிகள் ஒரே கப்பலில் இருந்தனர். அது ஒரு பெரிய நகரம் மாதிரி. அதனால் தினமும் விக்ராந்த் சமாச்சார் என்ற பத்திரிகையை அங்கு சில அதிகாரிகள் பிரசுரித்தனர். அப்பிரதிகள் ஒவ்வொவருக்கும் விநியோகிக்கப்பட்டன *(Cyclostyle copy)*. நீயும் தினமும் அதில் ஏதாவது எழுது என்று அவர்கள் என்னைக் கேட்டுக்கொண்டனர். அதில் ஆங்கிலத்தில் துணுக்குச் செய்திகள் நிறைய வெளிவரும். நான் அதில் நகைச்சுவையாக நிறைய எழுதினேன். விக்ராந்தின் ஃபிளைட் டெக்கில் அமர்ந்திருப்போம். எங்களுடைய கேப்டன் பி.எஸ். மஹிந்துரு என்பவர். அவர் ஒரு சர்தார்ஜி. நல்ல மனிதர். அவர் மேல் தளத்தின் ஜன்னலிலிருந்து எங்களைப் பார்ப்பார். நான் அப்பத்திரிகையில் எழுதினேன் *Each time Commanding Officer appears and looks through the window, it reminds me of an MGM movie about to start. We need to write only Art is greater than Artist below the window* என்று எழுதினேன்.

தமிழில் அதிகமாக சாதாரணமான கதைகளாகவே இருந்தன. நிகழ்வுகளை வைத்துத்தான் கதை எழுதக் கற்றுக் கொள்ள வேண்டும் என்று என்னுடைய மாமா (சிட்டி) அடிக்கடி சொல்லுவார். சிறுகதை என்னும் இலக்கியவகை தொடங்கியதே இருபதாம் நூற்றாண்டின் ஆரம்பத்தில்தான். அதனால் சிறுகதை பற்றி யாருக்கும் அதிகம் தெரியாது. தமிழின் முதல் சிறுகதை எழுத்தாளர் மாதவையாதான். அவருடைய சிறுகதைகளைப்

படித்தோமானால் அக்காலத்திலேயே அவர் சமூகத்திற்கு நிறைய சீர்திருத்தம் சொல்லியிருக்கிறார் என்பது தெரிகிறது. தீண்டாமையைக் கண்டித்து அவர் எழுதிய ஒரு சிறுகதை. ஆற்றங்கரையில் பிராமணப் பெண்கள் குளித்து விட்டு வருகிறார்கள். வரும் வழியில் நடக்கும் நிகழ்வு உரையாடலாகத்தான் எழுதப்பட்டிருக்கிறது. இதைப் பார்த்த பிறகுதான் எனக்குத் தெரிந்தது. 1930களில் எழுதப்பட்ட கதை இது. அக்காலச் சமூகத்தின் பிரதிபலிப்பை நான் சொல்கிறேன். நான்கு பிராமணப் பெண்கள் குளித்து விட்டு வரும்போது எதிரில் ஒருவன் வருகிறான். அவனைத் தீண்டத்தகாதவன் என்று நினைத்து திருமி என்கிற பெண் சொல்கிறாள் டே டே தள்ளிப்போடா உனக்குக் கோடிப் புண்ணியமுண்டு. நீ நல்லவனாச்சே - அம்மனிதன் சொல்கிறான் போடி பாப்பாத்தி ஓரமாப் போ இன்னும் எங்க போய் விழச் சொல்ற? என்று. அதைப் பார்த்து அவள் சொல்கிறாள் .... கொள்ளையிலே போக. இன்னும் நாலு அடி தள்ளிப் போகக் கூடாதோ? காலில் முள் வேற தச்சுட்டுதே என்கிறாள். - ஏ பாப்பாத்தி அந்த கொள்ளை உன்னைக் கொண்டு போகாதோ? என்று சொல்லுகிறான். 1930ஆம் ஆண்டில் ஒரு பிராமண எழுத்தாளர் சமூகத்தைச் சாடி இருப்பது தெரிகிறது. இந்த மாதிரி எழுதுபவர்கள் இருந்தார்கள். அவர்கள் எல்லோரும் அதிகமாகத் தெரியப்படவில்லை.

சுப்பிரமணிய பாரதி நல்ல எழுத்தாளர். அழகாகச் சிறுகதை எழுதுபவர். நாம் அவருடைய கவிதைகளைத்தான் இதுவரை படித்திருக்கிறோம். அவருடைய இரண்டு கதையை நான் படித்தேன்; எனக்கு மிகவும் ஆச்சரியமாக இருந்தது.

ரயில்வே ஸ்டேஷனைப் பின்புலமக வைத்து எழுதப்பட்ட ஒரு கதையில் சொல்கிறார். பிளாட்ஃபாரத்தில் ஒரு சாய்பு உட்கார்ந்து இருக்கிறார். அருகில் அவருடைய நண்பர். அந்த சாய்புக்கு மூன்று மனைவியர். மூன்று மனைவியரும் ரயில்வே ஸ்டேசனில் மூன்று திசைகளைப் பார்த்து அமர்ந்திருந்தனர், அவர் அந்த ரயில்வே ஸ்டேஷனையும் அச்சூழலையும் அங்கும் இங்குமாக சிலர் நடமாடிக் கொண்டிருப்பதையும் அழகாக விளக்குகிறார். அந்தச் சாய்பு மிகவும் சோகமாக அமர்ந்திருக்கிறார். இவர் போய் கேட்கிறார் ஏன் நீங்கள் இவ்வளவு சோகமாக உட்கார்ந்திருக்கிறீர்கள்? உங்களுக்கு இந்த மூன்று மனைவியர் வேறு இருக்கிறார்கள். அதற்கு அவர் சொல்கிறார் எனக்கு அதுதான்யா

சிக்கலே; மூன்று பேரும் சண்டை போட்டுக்கொண்டே இருக்கிறார்கள். அதை என்னால் தாங்கவே முடியவில்லை. அதற்கு நண்பர் அப்படியானால் இவர்களை விட்டு விட்டுச் செல்ல வேண்டியதுதானே என்று கேட்க, அதற்கு அவர் அது முடியாது. நான் அவர்கள் மூவரையுமே விரும்புகிறேன் என்று சொல்கிறார். அப்படியானால் யாரையாவது ஒருத்தரை விட்டு விட்டு ஓடிவிடுங்கள் என்று சொல்லும் பொழுது சாய்பு அது சரியான தீர்வாகாது என்று சொல்லுகிறார். மேலும் அவர் நீ ஒரு பதில் சொல்லு நான் அதைப் பண்றேன் என்று சொல்லுகிறார், அப்பொழுது பாரதி எழுதுகிறார். (அவெந்த் கார்டே ஸ்டோரி என்பது இதுதான்). நல்ல வேளையாக ரயில் வந்தது. நானும் ஏறிக்கொண்டு தப்பித்தேன். இவருக்கு எப்படிப் பதில் சொல்வதென்று தெரியவில்லை, என்று முடிக்கிறார். இது ஒரு புதுவிதமான கதை (Modern type). இது பாரதி எழுதியது என்று எத்தனை பேருக்குத் தெரியும்?. எல்லாரும் ஆடுவோமே பள்ளு பாடுவோமே என்ற பாட்டைத் தானே பேசிக்கொண்டிருக்கிறோம். அவருடைய பல நூல்களை நாம் பார்க்கவில்லை.

இதையெல்லாம் பார்த்துவிட்டுத்தான் நாமும் எழுதலாம் என்று முதல் கதையை தேய்பிறை என்ற தலைப்பில் எழுதினேன். அந்த முதல் கதையே முத்திரைக் கதையாக வெளிவந்தது. நான் இரண்டாம் கட்டுரையில் குறிப்பிட்டது போல முழுவதுமாக ஆங்கிலத்தில் எழுதி, பிறகு தமிழ்ப்படுத்தினேன். நரசய்யா சிறுகதைகள் என்று அது முதல் சிறுகதைத் தொகுதியாக வெளிவந்தது. இந்நூலை மதுரையிலுள்ள மதுரைக் கல்லூரியில் இரண்டு வருடங்களுக்கு (UG - Non detail) உரைநடைப் பகுதியாக வைத்திருந்தார்கள். தேய்பிறை கதையைப் பற்றி சிட்டி சிவபாதசுந்தரம் அவர்களுடைய தமிழில் சிறுகதையின் வளர்ச்சியும் வரலாறும் என்ற ஆய்வு நூலில் தமிழில் 100 சிறந்த சிறுகதைகள் என்பதில் தேய்பிறை சிறுகதையையும் சேர்த்திருக்கிறார்கள். அவர்கள் எழுதியதில் இந்த வகையில் "ஆனந்த விகடனில் முத்திரைக்கதை எழுதிப் பிரபலமான மற்றொரு எழுத்தாளர் நரசய்யா. இவர் எழுதிய தேய்பிறை (1964) என்ற கதையில் கப்பற்படையைச் சேர்ந்த சேஷாத்திரி திருமணமானபின் அவன் மனைவி அதீத நாகரீக பாணியில் நடக்க ஆரம்பிப்பவள். தன்னை அவ்வாறு நவீன பாணியில் நடக்கக் கட்டாயப்படுத்தி ஈடுபடுத்தியது சேஷாத்திரிதான் என்று குற்றம் சாட்டுகிறாள்.

இதுதான் இந்தக் கதையின் கரு. நான் சொன்னது ஒழுக்கம் என்று ஒன்றும் கிடையாது. எல்லாம் நாமாகச் சொல்லிக் கொள்வது."

முதல் நாள் நிலவையும் இரண்டாம் நாள் நிலவையும் பார்த்தால் நமக்கு வேறுபாடு தெரியாது. அமாவாசையையும் பௌர்ணமியையும் பார்த்தால்தான் வேறுபாடு தெரியும். அதனால் வாழ்க்கையும் தேய்பிறை போல. ஒழுக்கமும் கிடையாது ஒன்றும் கிடையாது என்று அந்தக் கதையை நான் முடித்து விட்டேன். ஒழுக்கம் என்பது நாமாக வைத்துக் கொள்ளும் ஒரு கட்டுப்பாடு. நிறைய பேருக்குப் புரியவில்லை. இது என்ன கதையா என்று சொன்னார்கள். ஆனால் அது ஆனந்த விகடனில் வந்தது. ஆனந்த விகடனில் எனக்குப் பிடித்த விஷயம் ஒன்று என்னவென்றால் இந்தக் கதை வெளியிடும்போது என்னை அவர்களில் யாருக்கும் தெரியாது. அவர்களில் யாரையும் எனக்கும் தெரியாது. இந்தக் கதையில் நிறைய வார்த்தைகள் கிடையாது. இலக்கியச் சாதனைகள் (Literary accomplishment) என்றும் சொல்லமுடியாது. ஆனாலும் அவர்கள் கதையை விரும்பி வெளியிட்டார்கள். எனக்கு அது ஆச்சரியமாக இருந்தது.

பிறகு நீண்ட நாட்கள் கழித்து "நடை மெலிந்து" என்று ஒரு கதை எழுதினேன். அதில் நான் என்ன விவாதத்தை வைத்தேன் என்றால், ஒரு பெண் வாதிடுகிறாள். திருமணத்திற்கு முன் நான் ஐந்தாறு ஆண்களுடன் காதல் செய்திருக்கலாம். ஆனால் அதற்காகத் திருமணத்திற்குப் பின் என்னை நீங்கள் ஒழுக்கம் கெட்டவள் என்று சொல்ல முடியாது என்று சொல்லுகிறாள். அந்த கதையில் நான் அதை நிரூபிக்க வேண்டும். நான் அந்த கதையை எப்படிக் கொண்டு சென்றேன் என்றால் அந்தப் பெண்ணும் ஒரு பையனும் ஒருவரையொருவர் விரும்புகிறார்கள். ஆனால் அவன் ஒரு பணக்கார பஞ்சாபிப் பெண்ணைத் திருமணம் செய்து கொண்டு ஓடிவிடுகிறான். அந்த பஞ்சாபிப் பெண்ணும் அவளது தகப்பனும் சேர்ந்து அவனைத் தவறான நடவடிக்கைகளில் ஈடுபடுத்தினர். அதனால் ஃபெரா (FERA - Foreign Exchange Regulation Act) சட்டத்தின்கீழ் அவனைச் சிறையில் அடைத்து விடுகிறார்கள். அவன் சிறையிலிருந்து வெளியே வரும்பொழுது அவன் முதலில் காதலித்த பெண் தன் கணவனோடு அவனை வரவேற்பதற்காக நிற்கிறாள். குடை நிழலிருந்து குஞ்சரம் ஊர்ந்தோர் நடை மெலிந்து ஓர் ஊர் நண்ணினும் நன்னுவர் என்று ஒரு கவிதை வெற்றி வேற்கையில்

உள்ளது. அதை அடிப்படையாக வைத்து இதை எழுதினேன்.

என்னுடைய எல்லாத் தமிழ்க் கதைகளையும் இப்படி எதையாவது அடிப்படையாக வைத்துத்தான் எழுதியுள்ளேன். நடை மெலிந்து அவன் வெளியே வருகிறான். அவனை அழைத்துச் செல்ல அவனுடைய உறவினர் யாரும் வரவில்லை. நம்ப முடியாது என்னை அழைத்துச்செல்ல நீ வந்தாயா? என்று அவன் கேட்கிறான். அதற்கு அவள் நான் மட்டும் வரவில்லை, எனது கணவரும் வந்திருக்கிறார் என்கிறாள். அவள் தன் கணவனிடம் என்னுடைய முன்னாள் காதலன் சிறையிலிருந்து வெளிவருகிறான். அவனை அழைக்கச் செல்லவேண்டுமென்று கூற அவள் கணவனும் அவளைக் காரில் கூட்டிக் கொண்டுவருகிறான். அப்போது சின்னத் தூறல் ஆரம்பிக்கிறது. அவன் குடையை விரித்தான் என்று கதையை முடித்திருப்பேன். "அவன் குடையை மட்டுமா விரித்தான். தனது சிறப்பையும் விரித்தான்" என்று முடித்திருந்தேன். அதாவது மனிதனின் நடத்தை என்பது மற்றவர்களோடு பழகுவது மட்டுமல்ல. அதையும் தாண்டியது. ஆனந்த விகடன் ஆசிரியர் சொன்னார். நீங்கள் இந்தக் கதைக்கு நடை மெலிந்து என்று தலைப்பு கொடுத்திருக்கிறீர்கள் ஆனால் இந்தக்கதை நெஞ்சம் நிமிர்ந்த நடை என்று சொன்னார். இந்த மாதிரி சுமார் என்பது கதைகள் ஆனந்தவிகடனில் மட்டும் எழுதியிருக்கிறேன்.

என்னுடைய முக்கால்வாசிக் கதைகள் ஏதாவதொரு நிகழ்வை வைத்துத்தான் எழுதியுள்ளேன். எனக்குத் தெரியாத விஷயங்களை எழுதக்கூடாது என்பதில் கவனமாக இருந்தேன். இதுபோல மற்றொரு கதை. ஒரு கப்பல் கேப்டனைப் பற்றியது. இதுவும் உண்மையில் நடந்த கதை. அதைத்தான் உங்களுக்குச் சொல்கிறேன். அவர் மிகவும் நல்லவர். அவரை எல்லோருக்கும் பிடிக்கும். அவர் ஜப்பான் மற்றும் ஆஸ்திரேலியாவுக்கு இடையிலான பகுதியில் கப்பல் பயணம் செய்து கொண்டிருக்கிறார். நானும் அப்பகுதியில் பயணம் செய்திருப்பதால் அப்பயணம் பற்றி எனக்கும் நன்றாகத் தெரியும். ஜப்பானில் புயல் வந்தால் அப்பயணிகள் எவ்வளவு துன்பப்படுவார்கள் என்பது எனக்கு நன்றாகத் தெரியும். அதனால் அதை அடிப்படையாக வைத்து இந்தக் கதை எழுதினேன். அந்தக் கேப்டன் பயணம் செய்கிறபோது கப்பல், கடல் எல்லாமே அவனுக்குக் கட்டுப்பட்டதுபோல அமைதியாக இருக்கும். எல்லோரும் கேப்டன் நீங்கள் வந்தால் கப்பல் மட்டுமல்ல, கடலே உங்களுக்குப் பணிகிறது என்று சொல்வார்கள்.

இவன் திருமணம் முடிந்த பிறகு அவனது மனைவியையும் கூட்டிக் கொண்டு வணிகக்கப்பலில் செல்கிறான். முதல் தடவை செல்லும்போது கடல் மிகவும் கொந்தளிப்பாக இருந்தது. அவரது மனைவியும் கப்பல் பயணம் ஒத்துக் கொள்ளாமல் அதிகமாக வாந்தி எடுத்துக் கப்பலில் இருக்கப் பிடிக்கவில்லை என்றதால் அவர் அவளை ஒரு ஜப்பானியத் துறைமுகத்திலிருந்து ஊருக்கு அனுப்பிவிட்டுத் தன் பயணத்தைத் தொடர்கிறார். ஆஸ்திரேலியாவிலிருந்து திரும்பி வரும்போது கடல் மிகவும் அமைதியாக இருக்கிறது. அதனால் அவர் மனைவிக்கு எழுதுகிறார். கடல் அமைதியாக இருக்கிறது. நீ திரும்பி வந்துவிடு என்றதும் அவளும் வந்துவிடுகிறாள். ஆனால் கடல் மீண்டும் கொந்தளிக்கிறது. நான் சொல்ல வந்தது. கடல் கேப்டனை விரும்புகிறது. அவன் மனைவி மீது பொறாமை கொள்கிறது. அந்த சித்தாந்தத்தை வைத்து எழுதினேன். கடல் கொந்தளிப்பு கொஞ்சங்கூடக் குறையவே இல்லை. கேப்டன் தன் மனைவியோடு கேபினில் மகிழ்ச்சியாக இருக்கிறார். அப்பொழுது கடலில் மிகப் பெரிய புயல் வருகிறது. நீங்க கொஞ்சம் மேலே வரவேண்டும் என்று மேல் தளத்திலிருந்து கேப்டனுக்கு அழைப்பு வருகிறது. கேப்டன் தன் மனைவியிடம் தப்பித் தவறிக்கூட நீ மேலே வந்துவிடாதே என்று சொல்லிவிட்டுச் செல்கிறார். ஆனால் அவள் சின்னப்பெண்தானே. என்ன நடக்கிறது பார்ப்போம் என்று டெக்கின் (Deck) மேலே வந்து நடந்தாள். கடல் இன்னும் அதிகமாகக் கொந்தளித்துக் கப்பல் 30 டிகிரியில் ஆடியது. அவள் நிற்கமாட்டாமல் அருகில் தெரிந்த ஒரு கயிற்றைப் பிடித்தாள். அக்கயிறு எங்கும் கட்டப்படாதது. ஆகையால் அவள் கப்பலின் சாய்தலால் வெளியில் எறியப்படுகிறாள். ஒரு கவட்டையிலிருந்து கல் எப்படி வேகமாகச் செல்லுமோ அதைப்போல அவள் கடலுக்குள் போய் விழுந்தாள். எட்டு மணி நேரம் தேடியும் உடல் கிடைக்கவில்லை. இது உண்மை நிகழ்வு. பொய்யே கிடையாது. உடல் கிடைக்கவில்லை. கடல் மிக அமைதியானது. எங்க மாமா அடிக்கடி சொல்வார். கதை ரொம்ப நல்லாயிருக்கு. இது மாதிரி யாரும் எழுதியதே இல்லை என்று சொல்வார்.

எழுத்தாளர் சிவசங்கரி தனது அறுபதாவது வயதில் 60 சிறந்த கதைகளைத் தேர்ந்தெடுத்து எனக்குப் பிடித்த கதைகள் என்று ஒரு தொகுப்பாக வெளியிட்டார். அதில் இந்தக் கதையைச் சேர்த்திருந்தார். இது ஒரு கதை. ஏன் இதையெல்லாம்

சொல்கிறேனென்றால் இதெல்லாம் நிகழ்வுகளை வைத்து எழுதுவது. கதை என்றால் புனைவதாக இருக்கலாம். கதையைப் புனைதல் என்று சொல்வார்கள். ஆனால் எல்லா நேரத்திலும் புனைவதற்கான தேவை இருக்காது. நிமித்த மாத்திரம் (நொடிப்பொழுதில்) என்றொரு கதை. இவையெல்லாமே கடல் நிகழ்வுகளை மையமாகக் கொண்டு எழுதப்பட்ட கதைகள். சுமார் முப்பது கதைகள் கப்பல், கடலைப் பற்றி எழுதியிருப்பேன்.

ஒருமுறை மாமா என்னிடம் பேசும்போது அடுத்தமுறை நீ சென்னை வரும்போது லட்சுமி கிருஷ்ணமூர்த்தியைச் சந்திக்க வேண்டும். அவர்கள் வாசகர் வட்டம் என்ற அமைப்பை நடத்திக் கொண்டுள்ளார்கள் என்று சொன்னார். எனக்கு அதுபற்றி ஒன்றும் தெரியாது. வாசகர்வட்டம் ஏதோ பெரிய சமாச்சாரம் என்று மட்டும் கேள்விப்பட்டிருக்கிறேன். புக் வெண்ட்சர் (Book Venture) பெரிய எழுத்தாளர்களின் புத்தகங்களைத்தான் வெளியிடுவார்கள். ஆனால் அவர்கள் தாங்களாகவே எழுத்தாளர்களிடம் கேட்டு வாங்கித்தான் போடுவார்கள். மாமா அங்கே கூட்டிக் கொண்டு போனார். தி. நகரில் அவர் வீட்டுக்குச் சென்றோம். அவர் சத்தியமூர்த்தியின் மகள். அவர் என்னிடம் நரசய்யா நீங்கள் இவ்வளவு நன்றாகப் புத்தகங்கள் எழுதுகிறீர்கள். உங்களுடைய அனுபவங்களைப் புத்தகமாக எழுதி எங்களிடம் கொடுங்கள். நாங்கள் அதைப் புத்தகமாக வெளியிடுகிறோம் என்றார். எனக்கு ஆச்சரியமாக இருந்தது. வாசகர் வட்டத்திலிருந்து இப்படியொரு வாய்ப்பு வருமென்று நான் நினைத்துக்கூடப் பார்க்கவில்லை. மூன்று மாதங்களில் நான் கடலோடியை எழுதினேன். அவர்கள் தான் வெளியிட்டார்கள். பெரிய பெரிய எழுத்தாளர்களுடன் நானும் ஒருவனாகக் கலந்துவிட்டேன். கடலோடி 13 பதிப்புகள் வெளிவந்துள்ளது. வெவ்வேறு பதிப்பகத்தார் நாலைந்து பேர் வெளியிட்டுள்ளனர். இதில் ஒரு வேடிக்கை என்னவென்றால் கடலோடியில் நான் அதிகம் இலக்கியத் தமிழ்ச் சொற்களையெல்லாம் பயன்படுத்தவில்லை. சாதாரணமாக நாம் பேசும் தமிழைத்தான் எழுதியிருக்கிறேன். அது நன்றாகப் பேசப்பட்டது. அதனால் எனக்குக் கடலோடி நரசய்யா என்று பெயர் (1972) அமைந்தது. அது எப்படி நிகழ்ந்தது என்று நினைத்துப் பார்க்கிறேன்.

நான் 1972ஆம் ஆண்டில் விசாகப்பட்டினத் துறைமுகத்தின் துணைத் தலைமைப் பொறியாளராக இருந்தேன். அப்போது

அடிக்கடி டெல்லிக்குக் கூட்டத்திற்குச் செல்ல வேண்டியிருந்தது. தி. ஜானகிராமனை நன்றாகவே தெரியும். நல்ல நண்பர். அவரது நூற்றாண்டு விழா கூட இப்பொழுது நடக்கிறது. அவரது வீடு டெல்லி கர்சன் ரோடு அபார்ட்மெண்டில் இருந்தது. அவர் அனைத்திந்திய வானொலி நிலையத்தில் பணி செய்து கொண்டிருந்தார். அவர் என்னைத் தொலைபேசியில் அழைத்து நரசய்யா ஆறு மணிக்கு வீட்டிற்கு வந்துவிடு. மீட்டிங் வைத்திருக்கிறேன் என்றார். நான் அசோகா ஹோட்டலில் இருந்தேன். சரியாக ஆறு மணிக்கு வீட்டுக்குச் சென்றுவிட்டேன். வீட்டில் சிலர் அமர்ந்திருந்தனர். நான் அவர்களிடம் ஜானகிராமன் இல்லையா? என்று கேட்டேன். அதற்கு அவர்களில் உயரமாக இருந்த ஒருவர் இப்பொழுது வந்துவிடுவார். யாரோ ஒரு பெரிய எழுத்தாளர் பெயர் நரசய்யா - அவரைச் சந்திப்பதற்காக எங்களை ஜானகிராமன் வரச்சொல்லியிருக்கிறார் என்றார். நான் அவ்வளவு பெரிய எழுத்தாளரா? என்று எனக்கு ஆச்சர்யமாக இருந்தது. இருந்தாலும் நான்தான் அவர் என்று சொன்னேன். அவரும் எழுந்து நின்று எனது கைகளைக் குலுக்கி எனது பெயர் ரங்கராஜன். நான் சுஜாதா என்கிற பெயரில் கதை எழுதுகிறேன் என்று சொன்னார். என்னைத் தெரியாமலேயே இவ்வளவு படிக்கிறவர்கள் இருக்கிறார்களா என்று மகிழ்ந்தேன். நான் தொடர்ந்து எழுதுவதற்கு அது உதவியது.

எனக்கு நூல்கள் எழுத வேண்டும் என்கிற எண்ணமும் இருந்தது. ஒரு நாள் சிட்டி மாமா என்னிடம் சொன்னார். நீ கடலோடியில் கடல், கப்பல் பற்றி நிறைய செய்திகளை, மேற்கோள்களைத் தந்திருக்கிறாய். அவற்றை ஏன் நூலாக்கக் கூடாது. என்று கேட்டார். அப்பொழுது எனக்கு எதுவும் தோன்றவில்லை. அதை எப்படித் தொடங்குவது? எங்கிருந்து தொடங்குவது என்று தெரியவில்லை.

1991 - அரசாங்கம் (Ministry of ship) என்னைக் கடல் வணிகம் பற்றி எழுதச் சொன்னது. நானும் 420 பக்கங்கள் அந்தக் காலத்துச் சாதாரணக் கணினியில் தட்டச்சு செய்து அனுப்பினேன். ஆனால் அவர்கள் வெளியிடவே இல்லை. அவர்கள் எனக்கு முன் பணமாக ரூ. 10,000/- கொடுத்திருந்தனர். மொத்தத் தொகை ரூ. 25,000/-. நான் பணியில் சேர்ந்த பிறகு ஒரு கூட்டத்தில் ஒரு ஐ. ஏ. எஸ். (IAS) அதிகாரி என்னிடம் உங்கள் நூல் என்னவாயிற்று? என்று கேட்டார். நான் இன்னும் வெளிவரவே

இல்லையே என்றேன். அவர் வந்துவிட்டது என்று சொன்னார். எனக்கு நூல் ஒரு பிரதியும் (*Copy*) தரவில்லையே என்று நான் பதில் சொல்ல, அவரும் அதுதான் சிக்கலே, நூல் உங்கள் பெயரில் வெளிவரவில்லை, கல்கத்தா கப்பல் தளத்தின் தலைவர் பெயரில் ஏற்கனவே வெளிவந்துவிட்டது என்று சொன்னார். எனக்கு மிகவும் அதிர்ச்சியாக இருந்தது. இது மிகப் பெரிய அறிவுத்திருட்டு. நாம் எழுதுவது இன்னொருவர் பெயரில் வெளிவருவது என்பது சரியா என்று நினைத்தேன். நீ ஏன் நீதிமன்றத்துக்குப் போகக்கூடாது? என்று கேட்டார். நான் அங்கெல்லாம் போகப் போவதில்லை என்றேன். நான் வெறும் கடல் பொறியாளர் மட்டும்தான். அவரும் அவருடைய மனைவியும் முனைவர் பட்டம் பெற்றவர்கள். நான் இதை இப்படியே மறந்துவிடுகிறேன் என்று சொல்லிவிட்டேன். திரும்பி வந்ததும் அரசு எனக்குக் கொடுத்திருந்த ரூ. 10,000/-த்தை உடனே திருப்பி அனுப்பிவிட்டேன். நீங்கள் நம்ப மாட்டீர்கள், அப்போது என்னிடம் பணமே இல்லை, ஆனாலும் இந்திய அரசாங்கத்திற்குப் பணத்தைத் திருப்பி அனுப்பிவிட்டேன். இந்திய அரசாங்கத்திற்கு நான் செய்த மிகப் பெரிய அவமதிப்பு இதுவே ஆகும். இந்த நிகழ்வு நடந்து கொண்டு இருந்த போது, சிட்டி மாமா நீ ஏன் அவர்களுக்கு மட்டும் எழுதுகிறாய் என்று கேட்டார்.

இந்து பத்திரிகையில் பணிபுரியும் செய்தித்தொடர்பாளர் திருமதி. நித்தியகல்யாணி என்பவர் என்னைச் சந்தித்தார், அப்போது ஹிந்து பத்திரிகையில் தொடங்கப்பட்டிருந்த *Business Line* எனும் இணைப்பில் (1992) தாம் பணிபுரிவதாகச் சொன்னார். அவர் என் வீட்டுக்கு வந்து உங்களது கட்டுரைகளை ஒன்றன் பின் ஒன்றாக ஆங்கிலத்தில் எங்களுக்கு எழுதுங்கள், வெளியிடலாம் என்றார். நான் அந்த நானூறு பக்க நூலை எட்டு கட்டுரைகளாக வெவ்வேறு நாட்களில் எழுதிக் கொடுக்க அவர்கள் வெளியிட்டார்கள். இது எனக்கு ஆச்சரியமாக இருந்தது. அப்போதுதான் ஒரு நூல் எழுத வேண்டும் என்ற யோசனை எனக்கு வந்தது. மூன்று வருடங்கள் தொடர்ந்து ஆராய்ச்சி செய்துதான் **கடல் வழி வணிகம்** என்ற நூலை எழுதினேன். தமிழ்நாடு தொல்லியல் துறையில் இருந்த ராஜகோபாலன், கொடுமுடி சண்முகம் போன்றவர்கள் உதவினார்கள். சிட்டி மாமாவின் ஊக்குவிப்பு துணைநின்றது. இதற்கு அரசாங்கத்தின் விருது கிடைத்தது. இந்த நூலைக் குறித்து ஹிந்து பத்திரிகையில்

விமர்சனம் எழுதிய மூத்த பேராசரியர் (பெயர் குறிப்பிட விரும்பவில்லை) மேம்போக்காக நூலைப்பற்றிக் கூறிவிட்டு இறுதியாக இந்த நூலாசிரியர் எந்த ஒரு ஆய்வும் செய்யவில்லை என்று எழுதி இருந்தார். இதனைக் குறித்து அப்போது துணை வேந்தராக இருந்த பேரா. ஆனந்தகிருஷ்ணனிடம் கேட்டபோது, இதனைப் பற்றிக் கவலைப்படாதே, எங்களுடைய ஆய்வு நான்கு சுவற்றுக்குள் நடப்பது, உன்னுடையது கள ஆய்வு. இதனைத் தான் கல்விசார் திமிர் (*academic arrogance*) என்று கூறுவோம் என்றார். அந்த நூல் விமர்சகர் இந்தத் திமிர் கொண்டவர். ஆதலால் பொருட்படுத்த வேண்டாம் என்றார். தொல்லியல் அறிஞர் ஐராவதம் மகாதேவன் இந்த நூலைக் கையில் வைத்து கொண்டு - இந்நூலிற்கு இரண்டு விருதுகள் தரலாம். கூடுதலாக முனைவர் பட்டமும் தர முடியும் என்றார். எனக்குப் பேரானந்தம், மிகவும் மகிழ்ச்சி.

அடுத்து எந்தப் புத்தகம் எழுதலாம் என்று யோசிக்கும் போது, முத்தையா அவர்கள் மெட்ராஸ் பற்றி யாரும் தமிழில் எழுதவில்லை, நீங்கள் எழுதலாம் என்றார். அதுதான் மதராசப்பட்டினம் எனும் நூலாக அடுத்த இரண்டு ஆண்டுகளில் வெளிவந்தது. தமிழ்நாடு அரசின் விருதும் கிடைத்தது. மதுரையைப் பற்றி ஆலவாய் என்ற அடுத்த நூலை எழுதினேன். இதற்கும் விருது கிடைத்தது. கம்போடிய நினைவுகள் எனும் அடுத்த நூலும் விருதைத் தட்டியது. நான்கு வருடத்தில் நான்கு விருதுகள் எனக்குக் கிடைத்தன. என்னுடைய நன்றியைத் தமிழ்நாடு அரசிற்குக் கூறிக்கொள்கிறேன். அவர்கள் என்னை அங்கீகரித்தற்கு என் நன்றி.

எனக்கு என்ன தோன்றுகிறது என்றால் ஒவ்வொரு எழுத்தாளனும் அதிகப் புனைவு இல்லாமல் உண்மையை அப்படியே எழுத வேண்டும். நான் மூவர் என்று ஒரு சிறுகதை ஆனந்த விகடனில் எழுதினேன். அதற்கு நிறைய விமர்சனங்கள் வந்தன. ஆனந்த விகடனையே திட்டி எழுதினார்கள். ஒரு கணவன், ஒரு மனைவி மற்றும் ஒரு நண்பன் மூவர் பற்றியது. கணவனும் மனைவியும் நெருக்கமானவர்கள். ஆனால் நண்பன் அடிக்கடி வீட்டிற்கு வந்து உரையாடும்போது மனைவிக்கு நண்பர் மேல் ஈர்ப்பு ஏற்படுகிறது. நண்பர் வருவதும் போவதுமாக இருந்தது. ஒரு நாள் கணவர் வீட்டில் இல்லை, இவர்கள் இருவரும் மிகவும் நெருங்கி இருந்தார்கள். இதனைக் கதையாக ஆனந்த விகடனில் எழுதி

இருந்தேன். இந்த உறவின் காரணமாக ஒரு குழந்தை பிறக்கிறது. அதற்கு பத்மா என்று பெயர். கணவருக்கு எல்லாம் தெரியும். ஆனாலும் கணவரும் நண்பரும் அறிவார்ந்த உரையாடலில் மிகவும் ஈடுபட்டு இருப்பதால் அவர் எதுவும் சொல்லவில்லை. பத்மாவின் திருமணத்தின் போது நண்பர்தான் ஓடி ஓடி வேலை செய்கிறார். கணவர் ஊஞ்சலில் உட்கார்ந்து இருக்கும்போது மனைவி காபி கொண்டு வருகிறாள். நண்பர் நான் ஆற்றித் தருகிறேன் என்று சொல்ல, காப்பி மட்டுமா ஆற்றிக் கொடுத்தார், எத்தனையோ விஷயங்களை ஆற்றிக் கொடுத்தார் என்று முடித்து விட்டேன். இது பல வாசகர்களுக்குப் பிடிக்கவில்லை. முதலில் கணவர் இவ்வளவு பொறுமையாக இருக்க முடியாது என்று ஆனந்த விகடன் பதிப்பகத்தார் வெளியிட முன்வரவில்லை. இது ஒரு உண்மைச் சம்பவம் என்று சொன்னேன். இரண்டு மூன்று முறை தொலைபேசியில் தொடர்பு கொண்டு சில பத்திகளை மாற்றித் தரச் சொன்னார்கள். மாற்றினால் இந்தக் கதையின் சுவாரசியம் போய்விடும் மாற்ற முடியாது என்று சொல்லி விட்டேன்.

ஆங்கிலத்தில் எழுத வேண்டும் என்ற ஆசை உண்டு. *Lettered Dialogue* என்று எனது மாமாவும் திருமதி மதுரம் பூதலிங்கம் அவர்களும் தம்முள் பரிமாறிக் கொண்ட கடிதங்களைத் தொகுத்து ஒரு நூலாக எழுதினேன். 1955ஆம் ஆண்டு முதல் 2000 ஆண்டு வரை எழுதிய கடிதங்களை இருவரும் சேர்த்து வைத்திருந்தார்கள். அந்தப் பெண்மணி கிருத்திகா என்ற பெயரில் தமிழில் நல்ல எழுத்தாளர் (பேரா. சுவாமிநாதனின் மாமியார்), மொத்தமாக எழுதியது 754 கடிதங்கள். என் மாமா அந்தக் கடிதங்களை எல்லாம் படித்துப் பார் என்றார். படிக்கப் படிக்க அதில் நிறைய விஷயங்கள் இருப்பது தெரிந்தது. இதனை ஒரு நூலாகக் கொண்டு வர வேண்டும் என்று மாமாவிடம் கூறினேன். கிருத்திகா அம்மாவிடம் கேட்டுவிடு என்று மாமா சொன்னார். அந்தக் கடிதங்களில் கடைசிக் கடிதத்தில் கிருத்திகாவே கடிதத் தொகுப்பை நரசய்யாவிடம் கொடுத்து விடவும் என எழுதி இருந்தார். நாம் எழுதும் போது எந்த விதமான தடைகளும் இருக்கக் கூடாது. நம் எழுத்தினால் பாதிப்பு வரக் கூடாது என்பதைத் தீவிரமாகக் கடைபிடித்து எழுதுவேன். *Lettered Dialogue* நூலின் இறுதிப் பக்கங்களில் இதனைப் பற்றித் திரு கோபாலகிருஷ்ண காந்தி எழுதி இருக்கிறார்.

கலந்துரையாடல்:

கேள்வி: ஐயா ஆறு கடலில் சங்கமமாகும் இடங்களில்தான் துறைமுகம் உருவாகும் என்று கூறப்பட்டது. அப்படியானால் சென்னையில் கடலும் ஆறும் சங்கமிக்கும் இடம், அங்கு துறைமுகம் இருக்கின்றதா என்று விளக்க முடியுமா?

பதில்: இரண்டு ஆறுகள் உள்ளன. அடையாறு கடலில் கலக்குமிடத்தின் அருகே சாந்தோம் என்ற இடம். இப்பொழுது பல்கலைக்கழகத்தின் பக்கத்தில் அமைந்துள்ள *INS ADYAR* என்ற இடத்தினருகில் இருக்கும் இடத்திலிருந்து முன்பு மீன் பிடிக்கச் சென்றார்கள். அங்கிருந்த கிராமங்களை வேறு இடத்திற்கு அப்புறப்படுத்தினர். மேலும் அவர்கள் கூவம் ஆற்றையும் பயன்படுத்தினர்.

யூடியூபில் இந்த உரையைக் காண்பதற்கான QR கோட்:

கடலோடி நரசய்யா - வாழ்க்கைக் குறிப்பு

S.No	Ship Name	Year served	Remark
1	Indian Naval Service	1953-1963	At the age of 27 years youngest Flight deck chief in INS Vikrant **Name of INS Ships Served:** INS Rana, INS Jumna, INS Tir, INS Bombay INS Bengal INS Delhi and finally, INS Vikrant
2	Goa War	1961	Earned Goa Liberation Medal for successful operation of INS Vikrant in Goa War
3	Cargo Ships	1963-1969	sailed in **merchant Vessels:** Arya Jayanthi, Govinda Jayanathi, and Chennai Selvam
4	INS CIRCARS Eastern Naval Commander for Bangladesh War	1970-71	Received Bangladesh Liberation Medal Called back by Indian Navy for three months

5	From Marine engineer to Chief Mechanical Engineer, Departmental head, in Vizag POrt Job	From 1965 to1991 July	Retirement from Port on 31st July 1991
6	Consultant to Indian Ports Association	August 91 onwards	-
7	World Bank consultant	1994-1996	Tonle Sap Port Restoration, Cambodia
8	Asian Development Bank	1996-97	Madras Ennore port
9	Visitig Faculty Member — AMET University, Indian Maritime University	August 91 onwards —	-
10	Board of Studies member — Anna University, Madras University (Engg dept)	August 91 for a term of three years	-
11	Board of studies & Syllabus committee member English dept of Madras University	August 91 onwards — for three terms	-

கடலோடி நரசய்யா பணியாற்றிய கப்பல்கள்

S.No	Ship Name	Year served	Remark
1	INS Rana (Destroyer) (இந்திய கப்பற்படை)	1953	First ship, Started from Bombay/Arabian Sea
2	INS Vikrant (இந்திய கப்பற்படை)	1960	•27 years old youngest Flight deck chief, •Hydraulic machinery from Scotland •Trained in Belfast and, London
3	Arya Jayanthi (வணிகக் கப்பல்)	1963-64	Coastal Sailing with Calcutta as home Port
4	Govind Jayanthi (வணிகக் கப்பல்)	1964-65	Coastal Sailing with Calcutta as home Port
5	Chennai Selvam (வணிகக் கப்பல்)	1968-69	Vishakapatnam Port

கடலோடி நரசய்யாவின் இலக்கியப் படைப்புகள்				
தமிழ் நூல்கள்				
எண்	**நூலின் பெயர்**	**ஆண்டு**	**பதிப்பகம்**	**விருதுகள்**
1	நரசய்யா சிறுகதைகள்	1993-1999	நர்மதா பதிப்பகம்	மதுரா கல்லூரி பாடத்திட்டத்தில் இடம் பெறுகின்றது
2	தீர்க்க ரேகைகள்	2004-2005	நிவேதித்தா பதிப்பகம்	திருப்பூர் தமிழ்ச்சங்க விருது
3	சொல்லொனா பேறு	2004	பழனியப்பா பிரதர்ஸ்	சிறந்த சிறுகதை நூலுக்கான தமிழக அரசின் பரிசு பெற்றது
4	கடலோடி	1972	புக் வென்சர்	*Unites States Library of Congress* அட்டவனையில் இடம் பெறுகிறது.
5	கடல் வழி வணிகம்	2005	பழனியப்பா பிரதர்ஸ்	சிறந்த வரலாற்று நூலுக்கான தமிழக அரசின் பரிசு பெற்றது
6	மதராசபட்டினம்	2006	பழனியப்பா பிரதர்ஸ்	சிறந்த வரலாற்று நூலுக்கான தமிழக அரசின் பரிசு பெற்றது
7	கம்போடிய நினைவுகள்	2009	பழனியப்பா பிரதர்ஸ்	சிறந்த பயண நூலுக்கான தமிழக அரசின் பரிசு பெற்றது
8	ஆலவாய்	2009	பழனியப்பா பிரதர்ஸ்	-
9	நீலக்கடல் முழுதும் கப்பல் விடுவோம்	2023	தமிழ் மரபு அறக்கட்டளை	-

கடலோடி நரசய்யாவின் இலக்கியப் படைப்புகள்				
ஆங்கில நூல்கள்				
எண்	நூலின் பெயர்	ஆண்டு	பதிப்பகம்	Remarks
1	*Madras -Tracing the growth of the city since 1639*	2011	*Palaniappa Brothers*	2 *editions first in* 2008 *second in* 2011
2	*Lettered Dialogue -Correspondence between Kritika and Chitti*	2012	*Palaniappa Brothers*	-
3	*Amazing Adyar A suburb to be proud of*	2021	*Palaniappa Brothers*	-
4	*Through the Rear View Mirror - An autobiography*	2022	*Palaniappa Brothers*	-

காணொளிகளுக்கான இணைய தளம்

தமிழ் மரபு அறக்கட்டளை நடத்தும் இணைய வழி கருத்தரங்கமான திசைக்கூடலில் நான்கு செப்டம்பர் 2020 முதல் ஒன்பது செப்டம்பர் 2020 வரை திருமிகு. கடலோடி நரசய்யாஅவர்கள் ஆற்றிய ஐந்து உரைகளின் அடிப்படையில் இந்த நூல் தயாரிக்கப்பட்டுள்ளது. இந்த உரைகளை தமிழ் மரபு அறக்கட்டளை யூடியூப்சேனலில் (பெயர்: Tamizhaa தமிழா) கேட்டுப் பயன் பெறலாம். த ம அ யூடியூப் சேனல் வலைப்பக்க முகவரி: https://www.youtube.com/@THFi-Channel

ஒவ்வொரு உரைகளின் தனித்தனி வலைப்பக்க முகவரி கீழ்க்கண்ட அட்டவணையில் கொடுக்கப்பட்டுள்ளது:

உரை எண்	தலைப்பு	யூடியூப் வலைப்பக்கம்
1	கடற்படை அனுபவங்கள் - கடலோடி நரசய்யா	https://youtu.be/_e7vw4b7K20
2	வணிகக் கப்பல்கள் அனுபவங்கள்	https://youtu.be/Mm8GI3MdyDI
3	கடலோடியின் கம்போடியா நினைவுகள்	https://youtu.be/tyVzZp3l12s
4	நாம் மறக்க மாட்டேமால்	https://youtu.be/ltw0TMNqIR0
5	படைப்புகள்	https://youtu.be/IRKews9nZMg

தமிழ் மரபு அறக்கட்டளை வெளியீடுகள்

1. **Der Kural Des Thiruvalluvar**
   By Dr.Karl Graul
   (First edition 1856 reprinted - 2019)   Euro.25

2. **Thiruvalluvar's Prose**
   By August Fridrich Cammerer
   (First edition 1803 reprinted - 2019)   Euro 25

3. **திருவள்ளுவர் யார்?** *(2019)*
   கட்டுக்கதைகளைக் கட்டுடைக்கும் திருவள்ளுவர்
   கௌதம சன்னா   ரூ.200

4. **நாகர் நிலச்சுவடுகள்** *(2020)*
   (இலங்கை பயண அனுபவம்)
   மலர்விழி பாஸ்கரன்   ரூ.100

5. **அறியப்பட வேண்டிய தமிழகம்** *(2021)*
   தொ. பரமசிவன் நேர்காணலும் கட்டுரைகளும்
   தொகுப்பாசிரியர் - முனைவர்.க.சுபாஷிணி   ரூ.80

6. **கீழக்கரை வரலாறு** *(2021)*
   எஸ்.மஹ்மூது நெய்னா(இப்போது.காம் இணைபதிப்பு)ரூ.250

7. **சிதம்பரம் - ஊர் உருவாக்கமும் புவிசார் அமைப்பும்**
   ஜெ. ஆர்.சிவராமகிருஷ்ணன் *(2021)*   ரூ.100

8. **கொங்குநாட்டுக் கல்வெட்டுகள்**
   துரை சுந்தரம் *(2021)*   ரூ.180

9. **கொங்கு நாட்டுத் தொல்லியல் சின்னங்கள்**
   துரை சுந்தரம் *(2021)*   ரூ.140

10. **தொல்லியல் நோக்கில் தமிழ்நாட்டுக் கடவுளரும் வழிபாட்டு மரபுகளும்** *(2021)*
    கோ. சசிகலா   ரூ.160

11. **வரலாற்றில் பொய்கள்** *(2021)*
தேமொழி *ரூ.100*

12. **விளையாடிய தமிழ்ச்சமூகம் (2022)**
ஆ.பாப்பா *ரூ.300*

13. **கல்வெட்டில் தேவதாசி** *(2022)*
எஸ் சாந்தினிபி *ரூ.150*

14. **ராஜராஜனின் கொடை (2022)**
ஆனைமங்கலம் செப்பேடுகள், சோழப்பேரரசுக்கும் ஸ்ரீவிஜயப்பேரரசுக்குமான வணிகத் தொடர்புகள் - நாகப்பட்டின சூளாமணி விகாரை மற்றும் கடாரப் படையெடுப்பு.
க.சுபாஷிணி *ரூ.180*

15. **இலக்கிய மீளாய்வு (2023)**
தேமொழி *ரூ.100*

16. **கணிதவியல் (2023)**
முனைவர் ப.பாண்டியராஜா *ரூ.180*

17. **ராஜேந்திர சோழனின் ஒட்ர நாடு வெற்றி (2023)**
ஜெ.ஆர்.சிவராமகிருஷ்ணன் *ரூ.90*

18. **வரலாற்று ஆய்வில் களப்பணிகள் (2023)**
க.சுபாஷிணி *ரூ.120*

19. **தமிழகத்தில் பௌத்தம் (2023)**
முனைவர் தேமொழி *ரூ.120*

20. **நிலவியல் நோக்கில் கங்கைகொண்ட சோழபுரம் வரலாறு (2023)**
ஜெ.ஆர்.சிவராமகிருஷ்ணன் *ரூ.300*

21. **நீலக்கடல் முழுதும் கப்பல் விடுவோம் (2023)**
நரசய்யா *ரூ.150*

தமிழ் மரபு அறக்கட்டளை பதிப்பகம்

தமிழ் மரபு அறக்கட்டளை பன்னாட்டு அமைப்பு 2001ஆம் ஆண்டு தொடங்கப்பட்டது. தமிழ், தமிழர் மரபு, வரலாறு, பண்பாட்டுக்கூறுகள், மரபுசார் தரவுகளைப் பாதுகாத்தல் மற்றும் ஆவணப்படுத்துதலை முக்கிய நோக்கங்களாகக்கொண்டு இவ்வமைப்பு செயல்படுகின்றது. இவை மட்டுமின்றி வரலாற்றுப்பாதுகாப்பு குறித்த சமூக விழிப்புணர்வை ஏற்படுத்தும் செயல்பாடுகளையும் தொடர்ந்து முன்னெடுத்து வருகிறது.

தமிழ் மரபு அறக்கட்டளை தமிழ் கூறும் நல்லுலகிற்கு, குறிப்பாக ஆய்வு நிறுவனங்கள், கல்லூரிகள், பல்கலைக்கழகங்கள், பள்ளிக்கூடங்களில் பயில்வோருக்குத் தரமான ஆய்வு முறைமைகளைப் பயன்படுத்த ஊக்குவிக்கும் பல்வேறு செயல்பாடுகளை, பயிற்சிப் பட்டறைகளை, களப்பணிப் பயிற்சிகளைத் தொடர்ந்து செய்து வருகின்றது.

இச்செயற்பாடுகளின் ஓர் அங்கமாகத் தமிழ் மரபு அறக்கட்டளையின் பதிப்பகப் பிரிவு 2019ஆம் ஆண்டு தொடங்கப்பட்டது. வரலாறு, தமிழியல், பண்பாட்டியல், மானிடவியல், சமூகவியல், புலம்பெயர்வு ஆகிய துறைகளில் ஆய்வுசார் நூல்கள் இப்பதிப்பகத்தின் மூலம் வெளியிடப்படுகின்றன.

தமிழர் வரலாற்றுக்கு ஓர் அரணாக விளங்கும் தமிழ் மரபு அறக்கட்டளை பன்னாட்டு அமைப்பு உலகளாவிய கிளைகள் கொண்டு இயங்குகின்றது. ஜெர்மனியைத் தலைமையகமாகக் கொண்டு இயங்கி வரும் இந்த ஆய்வு நிறுவனம் உலகளாவிய வகையில் தமிழர் வரலாற்றுப் பாதுகாப்பு நடவடிக்கைகளைச் செயல்படுத்தி வருகிறது.

தொடர்புக்கு: E-MAIL: mythforg@gmail.com